# ഇൻഫിനിറ്റം (ക്രൈം ത്രില്ലർ നോവൽ)

മായിക

Made with ♥ on the Notion Press Platform
www.notionpress.com

ആദ്യാക്ഷരങ്ങൾ പഠിപ്പിച്ചു തന്ന ഗുരുനാഥന്മാരെയും, തങ്ങളുടെ കഴിവുകൾ എന്നിലേക്ക് പകർന്ന് നൽകി അനുഗ്രഹിച്ച മാതാപിതാക്കളെയും, എന്നും എന്റെ കഴിവിനെ പ്രോത്സാഹിപ്പിച്ച് കൂടെ നിന്ന ഓരോരുത്തരേയും നന്ദിയോടെ സ്മരിക്കുന്നു. എന്റെ ആദ്യ പുസ്തകം നിങ്ങൾക്കുള്ള സമർപ്പണമാണ്.

# ഉള്ളടക്കം

# ആമുഖം

പതിനൊന്നാം വയസ്സിൽ ഞാൻ തിരിച്ചറിഞ്ഞ എന്നിലെ എഴുത്തുകാരി പിന്നീടെപ്പോഴോ എന്റെ ഓർമകളിൽ നിന്ന് മാഞ്ഞു പോയിരുന്നു. രണ്ടു വർഷം മുന്നേ ഉണ്ടായിരുന്ന കോവിഡ് ഡ്യൂട്ടിയിലെ ഒരു ക്വാറന്റീൻ ഏകാന്തതയാണ് അവളെ എന്നിലേക്ക് തിരിച്ചു കൊണ്ടു വന്നത്. മനസ്സിലുണ്ടായിരുന്ന ഒരു കഥ പൊടി തട്ടിയെടുക്കാൻ അത് എന്നെ പ്രേരിപ്പിച്ചു. ആ കഥ അക്ഷരത്താളുകളിൽ തീർത്തതാണ് 'ഇൻഫിനിറ്റം'. എന്റെ ആദ്യ പുസ്തകം.

~ മായിക ~

# കടപ്പാട്

ഈ പുസ്തകം പ്രസിദ്ധീകരിക്കാൻ സഹായിച്ച എഴുത്തുകാരനും തിരക്കഥാകൃത്തുമായ സജീവ് കോയിക്കൽ ന് നന്ദി...

# 1

## ഇൻഫിനിറ്റം

**അധ്യായം 1**

കൊച്ചി നഗരത്തിലെ ഒരു ഫ്ളാറ്റിലെ ബെഡ് റൂമിൽ തല മുതൽ കാൽ വരെ പുതപ്പു മൂടി കിടക്കുന്ന ഒരു സ്ത്രീ രൂപം. കട്ടിലിനു വലതു വശത്തെ മേശമേൽ വച്ചിരിക്കുന്ന ടൈം പീസ് നിർത്താതെ ശബ്ദിക്കുന്നു. പുതപ്പിനടിയിൽ നിന്നും മെല്ലെ ഒരു കൈ പുറത്തു വന്ന് അലാം ഓഫ് ചെയ്തു.

മുഖത്തു നിന്നും പുതപ്പെടുത്തു മാറ്റി അവൾ തന്റെ കണ്ണുകൾ മെല്ലെ തുറന്നു.രണ്ടു കയ്യും നിവർത്തിക്കൊണ്ട് അവൾ ആ കട്ടിലിൽ എഴുന്നേറ്റിരുന്നു. കുറച്ചുനേരം അങ്ങനെ ഇരുന്ന് ചുറ്റുപാടും ഒന്ന് വീക്ഷിച്ച ശേഷം അവൾ ആ കട്ടിലിൽ നിന്നും തന്റെ കാലുകൾ മെല്ലെ താഴേക്ക് നീട്ടി.നീണ്ടു മെലിഞ്ഞ വെളുത്ത കാലുകൾ നിലത്തെ ടൈൽസിൽ സ്പർശിച്ചു. കട്ടിലിന്റെ ഇടതുവശത്തുള്ള ഭിത്തിയോടു ചേർന്ന ജനലിനരികിലേക്ക് അവൾ നടന്നു. ജനൽ മൂടിയിരുന്ന കർട്ടൻ ഇരു വശത്തേക്ക് നീക്കിയിട്ട് ചില്ലുകൾ മെല്ലെ തുറന്ന് പുറത്തേക്ക് നോക്കി അല്പനേരം നിന്ന ശേഷം ഒരു ദീർഘശ്വാസം എടുത്തു കൊണ്ടവൾ തിരിച്ചു നടന്നു. കട്ടിലിന്റെ വലതു വശത്തെ ചുവരിലെ വൃത്താകൃതിയിലുള്ള വലിയ കണ്ണാടിക്കു മുന്നിൽ വന്നു നിന്നു.കണ്ണാടിയിൽ ആ സ്ത്രീ രൂപം മുഴുവനായി കാണാം. അല്പം ഉയരം കൂടിയ ശരീരം. കഴുത്തറ്റം വെട്ടിയിട്ട കോലൻ മുടി. തിളങ്ങുന്ന കണ്ണുകൾ. ആരെയും ആകർഷിക്കുന്ന നോട്ടം. വെളുത്തു തുടുത്ത കവിൾത്തടം. പൊക്കത്തിനൊത്ത വണ്ണം. വടിവൊത്ത ശരീരം.

കണ്ടാൽ ഒരു ഇരുപത്തഞ്ചു വയസ്സോളം പ്രായം തോന്നിക്കും. കണ്ണാടിയിലെ സ്വന്തം രൂപം നോക്കി അവൾ പറഞ്ഞു..."എമി....ഇറ്റ്സ് യുവർ ഡേ...എ ന്യൂ ബിഗിനിങ്... കട്ടിലിൽ കിടക്കുന്ന തന്റെ മൊബൈൽ ഫോൺ വൈബ്രേറ്റ് ചെയ്യുന്നത് അപ്പോഴാണ് അവളുടെ ശ്രദ്ധയിൽ പെട്ടത്. അവൾ ഉടനെ അതെടുത്തു നോക്കി. 'താര' എന്നതിൽ എഴുതിയത് അവൾ വായിച്ചു. വേഗം കോൾ എടുത്തവൾ ചെവിയിൽ വച്ചു.

മറുപുറത്ത് നിന്ന് ഒരു സ്ത്രീ ശബ്ദം അവൾ കേട്ടു..

"ഹലോ എമി നീ റെഡിയായോ...ഞാൻ രണ്ടു മൂന്നു തവണ നിന്നെ ട്രൈ ചെയ്തിരുന്നു...നീ എന്താ ഫോൺ എടുക്കാത്തെ?"

"ഫോൺ സൈലന്റ് ആരുന്നു....ഞാന് ഇപ്പോ എണീറ്റേ ഉള്ളു."

"ആ ബെസ്റ്റ്....ഇന്ന് ഇന്റർവ്യൂ ആണെന്ന് ഓർമ്മയുണ്ടല്ലോ ലേ??...ഇത് നിന്റെ ഡ്രീം ജോബ് ആണെന്ന് എപ്പോഴും പറയാറില്ലേ....വേഗം റെഡിയാവാൻ നോക്ക്.ഇല്ലെങ്കിൽ ഇൻഫിനിറ്റം വെറും ഡ്രീം മാത്രമായി പോവും..."

"ഐ ക്നോ... ഞാൻ ഇപ്പോ വരാം...ഒരഞ്ച് മിനിട്ട്.."

"ഓക്കേ.....ഞാൻ പാർക്കിങ്ങിലുണ്ട് ... ഗെറ്റ് റെഡി ഫാസ്റ്റ്.."

"ഓക്കേ ഡാ...ദാ വന്നു..."

എമി കോൾ കട്ട് ചെയ്ത് ധൃതിയിൽ വാഷ് റൂമിലേക്ക് പോയി.

മുട്ടറ്റം കയ്യുള്ള ചുവപ്പും കറുപ്പും നിറത്തിലുള്ള കോളർ വച്ച കുർത്തിയും, കറുപ്പ് നിറത്തിലുള്ള ആങ്കിൾ ലെങ്ക്ത് ജീന്സും, തോളത്ത് ഒരു കുഞ്ഞു സൈഡ് ബാഗും, കയ്യിൽ ഒരു ഫൈലുമായവൾ ഫ്ളാറ്റിന്റെ പുറത്തിറങ്ങി. ദൃതിയിൽ ഡോറടച്ച് അവൾ തിരിഞ്ഞതും അടുത്ത ഫ്ലാറ്റിലെ ഒരു പെൺകുട്ടി, കണ്ടാൽ ഒരു പതിനഞ്ച് വയസ്സ് പ്രായം തോന്നിക്കുന്ന അവൾ സ്കൂളിൽ പോകാനായി യൂണിഫോം ഒക്കെ ഇട്ട് ഒരുങ്ങി ഇറങ്ങുന്നത് കണ്ടു. അവൾ ആ പെൺകുട്ടിയെ നോക്കി ചിരിച്ചു. ആ കുട്ടി തിരിച്ചും ചിരിച്ചു കൊണ്ട് ലിഫ്റ്റിനരികിലേക്ക് നടന്നു. പെട്ടെന്ന് നല്ല ജിം ബോഡിയും, അലമ്പ് ലുക്കുമുള്ള, ടി ഷർട്ടും ട്രാക്ക് സ്യൂട്ടും കൂളിങ് ഗ്ലാസ്സും ഒക്കെ ഇട്ട, ക്ലീൻ ഷേവ് ചെയ്ത, കണ്ടാൽ ഒരു ഇരുപത് ഇരുപത്തിരണ്ട് വയസ്സ് പ്രായം തോന്നിക്കുന്ന ഒരു പയ്യൻ ആ പെൺകുട്ടിയുടെ മുന്നിലേക്ക് ചാടി വീണു. അവൾ ഒരല്പം ഞെട്ടലോടെ അവനെ നോക്കി.

"ഓ..... എന്നും ഇങ്ങനെ സ്കൂളിൽ പോയാ മതിയോ? എൻ്റെ കൂടെ വാന്നേ.. നമുക്കൊന്നു കറങ്ങീട്ടൊക്കെ വരാം." അവൻ അവളെ അടിമുടി വല്ലാത്തൊരു നോട്ടം നോക്കിക്കൊണ്ട് അവളുടെ മുഖത്തിനടുത്തേക്ക് വന്നു കൊണ്ട് പറഞ്ഞു.

അവൾ മുഖം തിരിച്ചു.

" ഛെ..." അവനെ തള്ളി മാറ്റി ഒഴിഞ്ഞു മാറി അവൾ ലിഫ്റ്റ് ലക്ഷ്യമാക്കി വേഗത്തിൽ നടന്നു. ലിഫ്റ്റിനരികിൽ അവളുടെ കൂട്ടുകാരി ഇതെല്ലാം കണ്ടു കൊണ്ട് നിൽക്കുന്നുണ്ടായിരുന്നു. ആ കുട്ടിയും അല്പം പരിഭ്രമിച്ചു നിൽക്കുകയായിരുന്നു.

അവരെ രണ്ടു പേരെയും നോക്കി ഒരു വൃത്തികെട്ട ചിരിയുമായി നിൽക്കുന്ന ആ പയ്യൻ്റെ നോട്ടം പെട്ടെന്നാണ് ഫ്ലാറ്റ് പൂട്ടി നടന്നു വരുന്ന എമിയിലേക്ക് തിരിഞ്ഞത്. എമിയെ കണ്ടതും അവൻ തൻ്റെ കൂളിങ് ഗ്ലാസ്സ് എടുത്തു മാറ്റി അന്താളിപ്പോടെ അവളെ അടിമുടി നോക്കി. എമി അത് കണ്ടതും അവളുടെ മുഖത്തൊരു പുഛ ഭാവം ഉണ്ടായി. പക്ഷേ ആ പയ്യൻ അതൊന്നും ശ്രദ്ധിക്കാതെ എമിയുടെ അടുത്തേക്ക് ചെന്നു.

'എന്തൊരു സ്ട്രക്ച്ചർ എൻ്റെ പൊന്നോ.' അവൻ മനസ്സിൽ ചിന്തിച്ചു.

എമി അവനെ നോക്കുക പോലും ചെയ്യാതെ മുന്നോട്ടു നടന്നു.

"ഹലോ.. ഞാൻ സിദ്ധാർഥ്.. സിദ്ധു ന്ന് വിളിക്കും. ചേച്ചി ഇവിടെ പുതിയതാണോ? ഒറ്റക്കാണല്ലേ താമസം?" അവൻ മനസ്സിൽ ദുരുദ്ദേശം വച്ചാണ് ചോദിച്ചതെന്ന് എമിക്ക് മനസ്സിലായി. അവൾ മറുപടിയൊന്നും പറയാതെ ദേഷ്യ ഭാവത്തോടെ അവനെ നോക്കി.

" ഹോ.. എന്താ ഒരു ഫിഗറ്.. ഫ്രീ ആവുമ്പോ പറ. ഞാൻ ഫ്ലാറ്റിലേക്ക് വരാം. നമുക്കൊന്ന് കൂടണ്ടേ?" അവൻ വീണ്ടും എമിയെ വേണ്ടാത്ത രീതിയിൽ നോക്കി പറഞ്ഞു.

എമിക്ക് അവൻ്റെ സംസാരം ഒട്ടും ഇഷ്ടമായില്ല എന്നുള്ളത് അവളുടെ മുഖത്ത് വ്യക്തമായിരുന്നു. അവൾ അവനിൽ നിന്നും ഒഴിഞ്ഞുമാറി ധൃതിയിൽ ലിഫ്റ്റിലേക്ക് നടന്നു. എമി ലിഫ്റ്റിനടുത്തെത്തിയതും ലിഫ്റ്റിൻ്റെ ഡോർ തുറന്നു. അവിടെ നിന്നിരുന്ന രണ്ട് പെൺകുട്ടികൾ ആദ്യം കയറി. പിന്നാലെ എമിയും. സിദ്ധാർഥ് ഓടി വന്നപ്പോഴേക്കും എമി ലിഫ്റ്റിൻ്റെ ഡോർ അടച്ചു.

"ഹോ.. എന്തൊരു കോഴിയാലേ അവൻ... ശല്യം സഹിക്കാൻ പറ്റാതായി." സിദ്ധാർഥ് ശല്യം ചെയ്ത ആ പെൺകുട്ടി പറഞ്ഞു.

"ശരിയാ.. ഈ ഫ്ലാറ്റിൽ അവനെപ്പോലൊരു അലമ്പൻ വേറെയില്ല. അവനൊക്കെ ഒരു നല്ല പണി കിട്ടിയാലെ പഠിക്കു." അവളുടെ കൂട്ടുകാരി പറഞ്ഞു.

എമി ഇതെല്ലാം കേൾക്കുന്നുണ്ടായിരുന്നു. അവൾ എന്തൊക്കെയോ കണക്കു കൂട്ടിയ മട്ടിൽ പുഞ്ചിരിച്ചു.

എമി പാർക്കിങ്ങിലെത്തി. അവിടെ ഇടതു വശത്തായി വെള്ള നിറത്തിലുള്ള ഷർട്ടും നീല ജീൻസും ഇട്ട് മെലിഞ്ഞു വെളുത്തൊരു പെൺകുട്ടി ഒരു കറുപ്പ് ടൊയോട്ടയുടെ സൈഡിൽ ചാരി നിൽക്കുന്നുണ്ടായിരുന്നു. എമി ഓടി അവളുടെ അടുത്തേക്ക് ചെന്നു.

"താരേ....വേഗം വിട്ടോ....അര മണിക്കൂറിനുള്ളിൽ അവിടെ എത്തണം..." ഇരുവരും കാറിൽ കയറി ഡോർ അടക്കുന്നതിനിടയിൽ എമി പറഞ്ഞു.

താര ഉടനെതന്നെ കാർ സ്റ്റാർട്ട് ചെയ്ത് അതിവേഗത്തിൽ പാർക്കിൽ നിന്നും പുറത്തേക്കെടുത്തു. കൊച്ചി നഗരത്തിലൂടെ ധൃതിയിൽ ആ കാറ് സഞ്ചരിച്ചു.

# 2

**അധ്യായം 2**

കൊച്ചിയിലെത്തന്ന ഏറ്റവും വലുതെന്ന് തോന്നിക്കുന്ന ഒരു പടുകൂറ്റൻ ബിൾഡിംഗിനു മുന്നിൽ ആ കറുത്ത ടോയോട്ട ചെന്നു നിന്നു. കാറിന്റെ ഡ്രൈവിംഗ് സീറ്റിന്റെ ഇടതുവശത്തെ ഡോർ തുറന്ന് എമി പുറത്തേക്ക് ഇറങ്ങി. താര കാറുമായി അൺഡർഗ്രൗണ്ടിലെ പാർക്കിങ്ങിലേക്ക് പോയി. എമി കണ്ണുകൾ ഉയർത്തി ആ ബിൾഡിങ്ങിനെ നോക്കി. തന്റെ വലിയൊരു സ്വപ്നം സഫലമാകാൻ പോകുന്നതിന്റെ തിളക്കം ആ കണ്ണുകളിൽ പ്രകടമായിരുന്നു. അടി മുതൽ മേലെ വരെ നീല ഗ്ലാസ്സുകൾ കൊണ്ട് അലങ്കരിച്ച ബിൾഡിംഗിന് പ്രത്യക്ഷത്തിൽ ഒരു ആറേഴ് നിലകളുള്ളതായി തോന്നും. ബിൽഡിംഗിന്റെ ഏറ്റവും മുകളിലായി വെള്ള നിറത്തിലുള്ള ബാക്ക്ഗ്രൗണ്ടിൽ നീല നിറത്തിലുള്ള തിളങ്ങുന്ന അക്ഷരങ്ങൾ കൊണ്ട് എഴുതിയിരിക്കുന്നത് അവൾ വായിച്ചു..."ഇൻഫിനിറ്റം".

പാർക്കിങ്ങിൽ നിന്നു വന്ന താരയോടൊപ്പം എമി ആ സ്ഥാപനത്തിലെ എൻട്രൻസിലേക്ക് കടന്നു. അവിടുത്തെ സെക്യൂരിറ്റി ചെക്കിങ്ങെല്ലാം കഴിഞ്ഞ് അകത്തു പ്രവേശിച്ച അവർക്ക് ഒരു ഇന്റർവ്യൂ നടക്കുന്നതിന്റെ യാതൊരു ലക്ഷണവും അവിടെ കാണാൻ കഴിഞ്ഞില്ല. എൻട്രൻസിന്റെ വലതുവശത്തായുള്ള റിസപ്ഷനിൽ ഏകദേശം തങ്ങളുടെ അതേ പ്രായം തോന്നിക്കുന്ന ഒരു യുവതി ഇരിക്കുന്നത് അവർ കണ്ടു. അവർ വേഗം അവിടെ ചെന്ന് ഇന്റർവ്യൂനെ പറ്റി അന്വേഷിച്ചു.

"സെക്കന്റ് ഫ്ലോർ മാഡം." ആ യുവതി ലിഫ്റ്റിനു നേരെ കൈ നീട്ടിക്കൊണ്ട് പറഞ്ഞു.

അവരോട് 'താങ്ക്സ് 'പറഞ്ഞ് അവർ വേഗം ലിഫ്റ്റിൽ കയറി.

സെക്കന്റ് ഫ്ലോറിലെത്തി നിന്ന ലിഫ്റ്റിന്റെ ഡോർ തുറന്നതും ആ കാഴ്ച കണ്ടവർ ഞെട്ടി. വെറും അഞ്ച് ഒഴുവുകളിലേക്ക് ഇന്റർവ്യൂ അറ്റൻഡ് ചെയ്യാൻ വന്നിരിക്കുന്നത് അൻപതോളം പേർ. അതു കണ്ടതും എമിയുടെ മുഖത്തെ തിളക്കം തെല്ലൊന്ന് മങ്ങി. മാന്യമായ വസ്ത്രധാരണവും കയ്യിൽ ഒരു ഫൈലുമായി വളരെ നിശബ്ദതയോടു കൂടി ഇരിക്കുന്ന ആളുകളുടെ ഇടയിലേക്ക് എമിയും താരയും കടന്നു ചെന്നു. അവസാന നിരയിലെ അടുത്തടുത്തുള്ള രണ്ട് കസേരയിൽ അവരും ചെന്ന് ഇരുന്നു. അറ്റത്തുള്ള കസേരയിൽ താരയും അതിന്റെ ഇടതു വശത്തുള്ള കസേരയിൽ എമിയും ഇരുന്നു. ഇരുവരുടെയും ഹൃദയമിടിപ്പ് അല്പം വേഗത്തിലായി. എമി അവിടെ ഇരിക്കുന്ന എല്ലാവരിലേക്കും ഒന്ന് കണ്ണോടിച്ചു. എല്ലാവരുടെയും മുഖത്ത് അല്പം ഭയം കാണുന്നുണ്ട്. അപ്പോഴാണ് എമി അത് ശ്രദ്ധിച്ചത്. തന്റെ തൊട്ടടുത്ത സീറ്റിൽ ഏകദേശം ഒരു ഇരുപത്തേഴ് വയസ്സ് പ്രായം തോന്നിക്കുന്ന സുന്ദരനായ ഒരു യുവാവ്. ഇളം നീല നിറത്തിലുള്ള ഷർട്ടും, കറുപ്പ് പാന്റ്സും, കറുത്ത എക്സിക്യൂട്ടീവ് ഷൂസുമിട്ട അയാൾ, ചെവിയിൽ ഒരു ബ്ലൂടൂത്ത് ഹെഡ് സെറ്റും വച്ച് അതിൽ കേൾക്കുന്ന പാട്ടിനൊത്തവണ്ണം എന്നപോലെ തന്റെ തല ഇരുവശങ്ങളിലേക്കും ആട്ടിക്കൊണ്ട് ഇരിക്കുകയാണ്. ഇന്റർവ്യൂവിന് വന്നതിന്റെ യാതൊരു ഭാവവുമില്ലാതെ ഇരിക്കുന്ന അയാളെ കണ്ട് എമിക്ക് അത്ഭുതം തോന്നി. അപ്പോഴാണ് തന്നെത്തന്നെ നോക്കി ഇരിക്കുന്ന പെൺകുട്ടി ആ യുവാവിന്റെ ശ്രദ്ധയിൽ പെട്ടത്. അയാൾ എമിയുടെ സൈഡിലേക്ക് അല്പമൊന്നു തിരിഞ്ഞിരുന്നു. ചെവിയിൽ നിന്നും ഹെഡ്സെറ്റ് എടുത്തു മാറ്റുമ്പോഴും അവന്റെ കണ്ണുകൾ അവളുടെ തിളങ്ങുന്ന കണ്ണുകളിൽ ഉടക്കിയിരുന്നു. എമിക്ക് അപ്പോഴാണ് സ്വബോധം തിരിച്ചു കിട്ടിയത്. തന്നെത്തന്നെ നോക്കി ഇരിക്കുന്ന ആ യുവാവിനെ കണ്ടവൾ പെട്ടന്നു തന്റെ മുഖം വല്ത്തോട്ട് തിരിച്ചു. ഇത് കണ്ട് ഒന്നും മനസ്സിലാവാതിരുന്ന താര 'എന്താ' എന്ന അർത്ഥത്തിൽ മുഖമുയർത്തി ചോദിച്ചു. അതുകണ്ട് എമി ഒന്നുമില്ല എന്ന് കണ്ണുകൊണ്ട് ആംഗ്യം കാണിച്ചു. പിന്നീട് അയാൾ തന്നെ നോക്കുന്നുണ്ടോ എന്നറിയാൻ ഇടംകണ്ണിട്ട് നോക്കി. എന്നാൽ ആ യുവാവ് തന്നെത്തന്നെ നോക്കിയിരിക്കുകയാണെന്നറിഞ്ഞതും

എമിയുടെ മുഖത്തൊരു ചമ്മിയ ഭാവം തെളിഞ്ഞു. അറിയാതെ തന്നെ മുഖം താഴ്ത്തി ഇരുന്നു പോയ അവൾ അപ്പോഴാണ് ആ ശബ്ദം കേട്ടത്.

"എമി കുര്യൻ"...

ഇന്റർവ്യൂവിന് തന്റെ പേര് വിളിച്ചതാണെന്ന് മനസ്സിലാക്കിയ അവൾ ഒരു ഞെട്ടലോടെ എഴുന്നേറ്റു നിന്നു. തന്റെ പേര് വിളിച്ച ആളെ അവളൊന്ന് നോക്കി. ചുവന്ന ഷർട്ടും, കറുത്ത സ്കേർട്ടും ഇട്ട് ,മുടി പുട്ടപ്പ് ചെയ്ത്,കയ്യിലൊരു ബോർഡുമായി നിൽക്കുന്ന, ഏകദേശം മുപ്പതു വയസ്സ് പ്രായം തോന്നിക്കുന്ന ഒരു സ്ത്രീ ആയിരുന്നു അത്.

എമി ഒരു ദീർഘശ്വാസം എടുത്ത് കയ്യിലെ ഫയലിൽ ഒന്നു മുറുക്കി പിടിച്ച ശേഷം ആ സ്ത്രീയുടെ അടുത്തേക്ക് നടന്നു. അവരുടെ അടുത്തെത്തിയപ്പോൾ ഇടതു വശത്തെ ഡോർ അവർ അവൾക്കായി തുറന്ന് കൊടുത്തു. ഉള്ളിൽ നല്ല ടെൻഷൻ ഉണ്ടെങ്കിലും അത് പുറത്തു കാണിക്കാതെ "മേ ഐ കം ഇൻ" എന്ന വാചകവുമായി എമി ആ മുറിക്കകത്ത് അല്പം കയറി നിന്നു. ഇന്റർവ്യൂ ബോർഡിൽ മൂന്ന് പേരാണ് ഇരിക്കുന്നത്. നടുക്കത്തെ സീറ്റിൽ ഇരിക്കുന്ന, മുപ്പത്തി അഞ്ചു വയസ്സോളം പ്രായം തോന്നിക്കുന്ന,പച്ച പട്ടുസാരി ഉടുത്ത്,വെളുത്ത്, അത്യാവശ്യം തടിച്ച ഒരു സ്ത്രീയാണ് എമിയെ അകത്തേക്കു ക്ഷണിച്ചത്. എമി അകത്തേക്ക് ചെന്നതും അവർ അവളോട് ഇരിക്കാൻ ആവശ്യപ്പെട്ടു. എമി അവൾക്കരികിൽ കണ്ട കസേരയിൽ ഇരുന്നു.അവിടെ ഉണ്ടായിരുന്ന മറ്റു രണ്ട് പേരും പുരുഷന്മാർ ആയിരുന്നു. നാൽപത് വയസ്സോളം പ്രായം തോന്നിക്കുന്ന, കട്ട താടിയും മീശയും ഒക്കെയുള്ള, കോട്ടും സ്യൂട്ടുമിട്ട ഒരാൾ. അല്പം കഷണ്ടിയും,ക്ലീൻ ഷേവ് ചെയ്ത മുഖവും,അൻപത് വയസ്സോളം പ്രായം തോന്നിക്കുന്നതുമായിരുന്നു മറ്റെയാൾ. മൂന്ന് പേർക്കും "ഗുഡ് മോണിംഗ്" ആശംസിച്ചു കൊണ്ട് അവരുടെ ചോദ്യങ്ങളെ നേരിടാൻ തയ്യിറായി അവൾ ഇരുന്നു.

സമയം പോകുംതോറും താര ഇന്റർവ്യൂ നടക്കുന്ന റൂമിന്റെ ഡോറിലേക്കും തന്റെ വാച്ചിലേക്കും മാറി മാറി നോക്കിക്കൊണ്ടിരുന്നു.തന്റെ ഊഴം എത്താറായതിന്റെ ടെൻഷൻ അവളുടെ മുഖത്ത് പ്രകടമായിരുന്നു.കുറച്ച് സമയത്തിനു ശേഷം എമി ആ ഡോർ തുറന്ന് പുറത്തേക്ക് വന്നു.ആകാംഷാഭരിതയായി താര

ഇരുന്നിടത്തു നിന്നും എഴുന്നേറ്റു. തന്റെ നേരെ നടന്നു വരുന്ന എമിയിലേക്കായിരുന്നു അവളുടെ ശ്രദ്ധ മുഴുവനും. എമി അടുത്തെത്തിയതും താര ഇന്റർവ്യൂനെ കുറിച്ച് ചോദിച്ചു.

"നൈസ്"

എമി കണ്ണടച്ച് ശ്വാസം വലിച്ചുവിട്ടുകൊണ്ട് പറഞ്ഞു.അത് കേട്ടപ്പോഴാണ് താരക്ക് ആശ്വാസമായത്.

"നഥാൻ ദാനിയേൽ"

നേരത്തെ എമിയെ വിളിച്ച ആ സ്ത്രീ ആയിരുന്നു അത്. രണ്ടാമത്തെ തവണയാണ് അവരിപ്പോൾ ആ പേര് വിളിക്കുന്നത്.അപ്പോഴാണ് എമി അത് ശ്രദ്ധിച്ചത്. ഹെഡ്സെറ്റിൽ പാട്ട് കേട്ടുകൊണ്ടിരുന്ന ആ യുവാവ് തന്റെ പേരാണോ വിളിക്കുന്നത് എന്ന് അറിയിനെന്നപോലെ ഹെഡ്സെറ്റ് മെല്ലെ ചെവിയിൽ നിന്നു മാറ്റി ആ സ്ത്രീയെ നോക്കുന്നു. വീണ്ടും ഒരു തവണ കൂടി ആ പേര് കേട്ടപ്പോൾ അത് താനാണെന്ന് കാണിക്കും വിധം കൈകൾ ഉയർത്തികൊണ്ട് അയാൾ എഴുന്നേറ്റു. പിന്നീട് എമിയെ നോക്കി ഒരു പുഞ്ചിരി സമ്മാനിച്ച ശേഷം ആ യുവാവ് അവരെ കടന്ന് ഇന്റർവ്യൂ ബോർഡിലേക്ക് പോയി. എമിയും താരയും എന്തെന്നറിയാതെ പരസ്പരം നോക്കി നിന്നു.

സമയം വേഗത്തിൽ കടന്നുപോയി. അവിടെ വന്നിരുന്ന ഒട്ടുമിക്ക ആളുകളുടെയും ഇന്റർവ്യൂ കഴിഞ്ഞു. താരയുടെ ഇന്റർവ്യൂ കഴിഞ്ഞ് അവൾ എമിയോടൊപ്പം ചെന്നിരുന്നു. ഇന്റർവ്യൂ എല്ലാം കഴിഞ്ഞ ശേഷം എല്ലാവരും തങ്ങൾ ആദ്യം ഇരുന്ന സീറ്റുകളിൽ തന്നെ ഇരുന്നു. സെലക്റ്റ് ചെയ്യപ്പെടുന്ന ആ അഞ്ച് പേർ ആരൊക്കെ ആയിരിക്കും എന്നതാണ് ഇപ്പോൾ എല്ലാവരുടെയും മുഖത്തെ ചോദ്യം.

അല്പസമയം കഴിഞ്ഞ് ഇന്റർവ്യൂ ബോർഡിൽ ഉണ്ടായിരുന്ന മൂന്ന് പേർ പുറത്തേക്ക് ഇറങ്ങി വന്നു.ശേഷം പട്ടുസാരി ഉടുത്ത സ്ത്രീ പറഞ്ഞു തുടങ്ങി....

"ഗുഡ് ആഫ്റ്റർ നൂൺ എവരിവൺ....ആസ് യൂ ആൾ ക്നോ,നമ്മൾ ഈ കമ്പനിയിൽ വെറും അഞ്ച് പോസ്റ്റിലേക്ക് മാത്രമാണ് ഇന്റർവ്യൂ ക്ഷണിച്ചത്. സോ നിങ്ങളിൽ അഞ്ച് പേർ മാത്രം ഇവിടെ സ്റ്റേ ചെയ്യും...ആന്റ് ദി റെസ്റ്റ് വിൽ ബി ലീവിംഗ്....സോറി...ബട്ട് വീ ഹാവ് നോ അദർ ഓപ്ഷൻ."

ഇത് പറഞ്ഞ ശേഷം തന്റെ ഇടതുവശത്തായി ഒരു ബോർഡും പിടിച്ചു നിൽക്കുന്ന ഷർട്ടും സ്കേർട്ടും ഇട്ട സ്ത്രീയുടെ നേരെ തിരിഞ്ഞ് അവരോടായ് പറഞ്ഞു...

"ഇലിയാ, കാൾ ദെയർ നെയിംസ്."

ഇത് കേട്ട ഉടനെ ഇലിയ തന്റെ കയ്യിലുള്ള ബോർഡ് നോക്കി പേരുകൾ വായിക്കാൻ ആരംഭിച്ചു.

അവൾ ആ പേരുകൾ ഉച്ചത്തിൽ വിളിച്ചു. "ഏൻഞ്ചലീന സ്റ്റീഫൻ

മനു കൃഷ്ണൻ

എമി കുര്യൻ.."

ആ പേര് കേട്ടതും എമിയുടെ മുഖം സന്തോഷം കൊണ്ട് വിടർന്നു. താരയ്ക്കും ഒരുപാട് സന്തോഷം തോന്നി. അവൾ ചിരിച്ചുകൊണ്ട് എമിക്ക് "കൻഗ്രാജുലേഷൻസ്"പറഞ്ഞു.ഉടനെ തന്നെ അടുത്ത പേര് അവർ കേട്ടു

"താര മോഹൻ"

സന്തോഷം കൊണ്ട് അവർ ഇരുവരും തുള്ളിച്ചാടി. അടുത്ത പേര് കേട്ടപ്പോൾ അവർ ഇരുവരും തിരിഞ്ഞു നോക്കി.

"നഥാൻ ദാനിയേൽ"

യാതൊരു ഭാവവ്യത്യാസവും ഇല്ലാതെ അനങ്ങാതെ കയ്യും കെട്ടി മുന്നോട്ടു നോക്കി ഇരിക്കുന്ന നഥാനെയാണവർ കണ്ടത്. ഒരുപക്ഷേ അയാൾ ഇതു നേരത്തെ പ്രതീക്ഷിച്ചിരുന്നിരിക്കാം എന്നവർക്ക് തോന്നി.

പേരുകളെല്ലാം വിളിച്ച ശേഷം പട്ടുസാരി ഉടുത്ത ആ സ്ത്രീ എന്തോ പറയാൻ തുടങ്ങിയപ്പോഴേക്കും ഇലിയ ആരുടെയോ കോളുമായ് അവരുടെ അടുത്തേക്ക് ചെന്നു.....

."ഐറിൻ മാഡം"ഇലിയ താഴ്ന്ന ശബ്ദത്തിൽ അവരെ വിളിച്ചു.

കോൾ കണ്ട ഉടനെതന്നെ പറയാൻ വന്നത് മുഴുമിപ്പിക്കാതെ അവർ ആ ഫോണുമായി പുറത്തേക്ക് പോയി. ബാക്കിയുണ്ടായിരുന്ന രണ്ട് പുരുഷന്മാരും പരസ്പരം ഒന്ന് നോക്കിയ ശേഷം താടിവെച്ച ആൾ മറ്റെയാളോട് പറഞ്ഞു...

"ഉവൈസ്... ഞാൻ ഇപ്പോ വരാം...നീ ഇവരോട് കാര്യങ്ങളൊക്കെ ഒന്ന് പറഞ്ഞു കൊടുക്ക്.."ഇതു പറഞ്ഞ് അയാൾ തിരിഞ്ഞു നടന്നു. അപ്പോഴേക്കും പുറകിൽ നിന്ന് ഉവൈസ് വിളിച്ചു ചോദിച്ചു.....

"ടൈറ്റസ്....താനിതെങ്ങോട്ടാ....ഇതൊന്ന് ഫിനീഷ് ചെയ്തിട്ട് പോയാൽ പോരെ?"...

അപ്പോഴേക്കും ടൈറ്റസ് കുറച്ചു ദൂരം എത്തിയിരുന്നു. അവിടുന്നയാൾ വിളിച്ചു പറഞ്ഞു....

"മാനുവേലിന്റെ കോൾ ആയിരുന്നു.ഞാൻ പോയി നോക്കീട്ട് വരാം.."

നേരത്തെ ഐറിനു വന്ന കോളിനെ കുറിച്ചാണ് പറഞ്ഞതെന്ന് ഉവൈസിനു മനസ്സിലായി. ശേഷം അയാൾ താനെന്താണ് പറയാൻ പോകുന്നതെന്നറിയാൻ കാതോർത്തു നിൽക്കുന്ന ചെറുപ്പക്കാരുടെ നേരെ തിരിഞ്ഞു.

"നിങ്ങൾ ഓരോരുത്തരും വളരെ നല്ല രീതിയിൽ തന്നെ ഇന്റർവ്യൂ അറ്റൻഡ് ചെയ്തു. എന്നാൽ അതിൽ മികച്ച അഞ്ച് പേരെയാണ് ഞങ്ങൾ ഇന്നിവിടെ സെലക്ട് ചെയ്തിരിക്കുന്നത്. ബാക്കി എല്ലാവർക്കും ഇപ്പോൾ പിരിഞ്ഞു പോകാവുന്നതാണ്."

ഇത് പറഞ്ഞപ്പോഴേക്കും സെലക്ട് ചെയ്ത അഞ്ച് പേരൊഴികെ ബാക്കി എല്ലാവരും പുറത്തു പോയി.ശേഷം ഉവൈസ് അവരോടായ് പറഞ്ഞു...

"ഈ കമ്പനിയുടെ എംഡി മിസ്റ്റർ മാനുവേൽ....ഹി ഈസ് ദ ബോസ്. അദ്ദേഹം ഇപ്പോൾ സ്ഥലത്തില്ല. തിങ്കളാഴ്ചയേ അദ്ദേഹം തിരിച്ചെത്തു. സോ നിങ്ങളെല്ലാവരും അന്ന് വന്ന് ജോയിൻ ചെയ്താൽ മതി. നൗ യൂ മേ ലീവ്."

ഇതും പറഞ്ഞ് അയാൾ ഇലിയയുടെ കയ്യിലിരുന്ന ബോർഡ് മേടിച്ചുകോണ്ട് ലിഫ്റ്റിലേക്ക് നടന്നു. ഇലിയയും അയാൾക്കൊപ്പം ലിഫ്റ്റിൽ കയറി.

ബിൽഡിംഗിൽ നിന്ന് പുറത്തേക്കിറങ്ങിയ എമിയും കൂട്ടരും പരസ്പരം പരിചയപ്പെട്ടു.

"ഏതായാലും ഇത്രയും പരിചയപ്പെട്ട സ്ഥിതിക്ക് നമുക്കിതൊന്ന് ആഘോഷിച്ചാലോ?" നഥാനാണ് ചോദ്യം ഉന്നയിച്ചത്.

ഇന്ന് വർക്ക് ഇല്ലാതിരുന്നതുകൊണ്ടും നാളെ ലീവായതിനാലും ആരും എതിരഭിപ്രായം ഒന്നും പറഞ്ഞില്ല. അങ്ങനെ ആഘോഷിക്കാനായ് അവർ തിരഞ്ഞെടുത്തത് അവിടെ അടുത്തുള്ള ഒരു ബീച്ച് സൈഡ് പാർട്ടി ക്ലബ്ബ് ആയിരുന്നു. പാർട്ടി ഒക്കെ ഫിക്സ്

ചെയ്ത ശേഷം എല്ലാവരും വൈകുന്നേരം കാണാം എന്ന വ്യവസ്തയോടെ പിരിഞ്ഞു.

എമിയും താരയും പാർക്കിങ്ങിലേക്ക് പോകാൻ ഒരുങ്ങിയപ്പോഴാണ് സിദ്ധാർഥ് അവൻ്റെ ബൈകുമായി ഇൻഫിനിറ്റത്തിന് പുറത്ത് നിൽക്കുന്നത് എമി കണ്ടത്. അവൻ അവളെ ഫോളോ ചെയ്ത് എത്തിയതാണെന്ന് എമിക്ക് മനസ്സിലായി. അവന് ഒരു പണി കൊടുക്കണമെന്ന് ആലോചിച്ചു നിൽക്കവെ താര കാറ് അവളുടെ അടുത്ത് കൊണ്ടുവന്ന് നിർത്തി. എമി ഉടനെ താരയെ നോക്കി. ശേഷം സിദ്ധാർഥിനെയും ഒരു നോക്ക്.

" നീ വിട്ടോ.. ഞാൻ വന്നേക്കാം. എനിക്കൊരാളെ കാണാനുണ്ട് ." എമി താരയെ പതിയെ ഒഴിവാക്കാൻ ശ്രമിച്ചു.

" അതെന്താടി ഇപ്പോ പെട്ടെന്ന് പ്ലാൻ ചേഞ്ച് ചെയ്തെ? രാവിലെ നീ ഒന്നും പറഞ്ഞില്ലല്ലോ?" താര ആശ്ചര്യത്തോടെ ചോദിച്ചു.

" അതെൻ്റെ പഴയൊരു ക്ലാസ്സ് മേറ്റാണ്. ഇപ്പോ ഇവിടെ വച്ച് കണ്ടതാ. കുറേ നാളുകൾക്ക് ശേഷം കാണുവല്ലേ... എന്നോടൊന്നു വീട്ടിലേക്ക് ചെല്ലാൻ പറഞ്ഞു."

" അങ്ങനെയാണെങ്കിൽ ഞാൻ ഡ്രോപ്പ് ചെയ്യാലോ."

" അയ്യോ അത് വേണ്ട. എനിക്ക് വഴി അറിയില്ല. അവൾ ഇവിടെ ഒരു ഷോപ്പിലുണ്ട്. സോ അവള് വന്നിട്ട് ഒരുമിച്ച് പോകാന്നോർത്താ."

"ഓ ആണോ.... എങ്കിൽ ശരി ടാ... ഇവനിംഗ് പാർട്ടിക്ക് കാണാം. ബൈ." എമിക്ക് നേരെ കൈ വീശി കാണിച്ചു കൊണ്ട് താര വണ്ടി സ്റ്റാർട്ട് ചെയ്തു പോയി.

താരയുടെ കാർ കണ്ണിൽ നിന്ന് മാഞ്ഞതും എമി ഇൻഫിനിറ്റത്തിൻ്റെ ഗേറ്റിനു പുറത്ത് തൻ്റെ ബൈക്കിൽ ചാരി നിൽക്കുന്ന സിദ്ധാർഥിനെ ലക്ഷ്യമാക്കി നടന്നു. അവൻ അവളെത്തന്നെ കണ്ണെടുക്കാതെ നോക്കി നിന്നു. സിദ്ധാർഥിൻ്റെ അടുത്തേക്ക് എമി വരുന്തോറും അവനല്പം പരിഭ്രമം കൂടി വന്നു.

" അപ്പോ എങ്ങനെയാ... പോകുവല്ലേ?" സിദ്ധാർഥിൻ്റെ അടുത്തെത്തിയ എമി തൻ്റെ വലതു കൈപ്പത്തി ബൈക്കിൻ്റെ ബാക്ക് സീറ്റിൽ വച്ചു കൊണ്ട് ചോദിച്ചു. സിദ്ധാർഥ് പെട്ടെന്നൊന്ന് അമ്പരന്നു. അവൻ നിശ്ചലനായി എമിയെ തുറിച്ചു നോക്കിക്കൊണ്ട് നിന്നു.

എമി അവൻ്റെ കണ്ണിനു നേരെ കൈ വീശി കാണിച്ചു കൊണ്ട് ചോദിച്ചു;

" ഹലോ... വണ്ടി എടുക്കുന്നില്ലേ?"

അവൻ ഇത് കേട്ട് അന്താളിച്ചു നിൽക്കുകയായിരുന്നു.

" നമുക്കേതെങ്കിലും കൂൾ ബാറിൽ കയറാം. നല്ല ചൂടല്ലേ... തണുത്തതെന്തെങ്കിലും കുടിച്ചു കൊണ്ട് സംസാരിക്കാം." മുകളിൽ കത്തിയെരിയുന്ന സൂര്യനെ നോക്കി നെറ്റിയിലെ വിയർപ്പ് കൈക്കൊണ്ട് ഒപ്പുന്ന രീതിയിൽ കാണിച്ചു കൊണ്ടവൾ പറഞ്ഞു.

സിദ്ധാർഥ് മെല്ലെ എമിക്ക് എതിർവശത്തേക്ക് തിരിഞ്ഞു നിന്നു. ശേഷം യുദ്ധം ജയിച്ച യോദ്ധാവിൻ്റെ സന്തോഷത്തോടെ ഇരു കൈകളും മുഷ്ടി ചുരുട്ടി കൈ മുട്ട് പിന്നോട്ട് ആഞ്ഞ് വലിച്ചുകൊണ്ട് പതിഞ്ഞ സ്വരത്തിൽ ധൃഢമായി പറഞ്ഞു;

" യെസ്!"

എമിയും സിദ്ധാർഥും സിദ്ധാർഥിൻ്റെ ബൈക്കിൽ ഒരു കൂൾബാറിനു മുന്നിൽ ചെന്നിറങ്ങി. ചുമരുകൾ നിറയെ പലതരം പഴവർഗ്ഗങ്ങളുടെ ചിത്രങ്ങളാൽ അലംകൃതമായ ഒരു കൂൾ ബാർ. വിശാലമായ ഒരു വലിയ കൗണ്ടർ. അവിടെ മൂന്ന് നാല് ചെറുപ്പക്കാരായ അണുങ്ങൾ നിൽക്കുന്നുണ്ട്. കൗണ്ടറിനു മുന്നിലായി ധാരാളം ഇരിപ്പിടങ്ങൾ ഒരുക്കിയിട്ടുണ്ട്. മരം കൊണ്ടുള്ള വട്ടമേശകളും അതിനു ചുറ്റും നാല് കസേരകളും ഇട്ടിട്ടുണ്ട്. നിറയെ ആളുകൾ കയറി ഇറങ്ങുന്ന വലിയൊരു കൂൾബാർ. എമിയുടെ കണ്ണുകൾ പരതി ആ ഹാളിൻ്റെ മൂലക്കുള്ള ഒരു ടേബിളിൽ സ്ഥാനം ഉറപ്പിച്ചു. അങ്ങനെ അവർ ഇരുവരും ആ ടേബിളിൽ ഇരിക്കവെ എമി പറഞ്ഞു;

"ഞാൻ പോയി ഓർഡർ ചെയ്തിട്ട് വരാം. താൻ ഇവിടെ ഇരിക്ക്."

"ഓക്കേ!" രണ്ട് കയ്യും മലർത്തിക്കാണിച്ചു കൊണ്ട് സിദ്ധാർഥ് പറഞ്ഞു.

എമി കൗണ്ടറിൽ ചെന്ന് രണ്ട് പൈനാപ്പിൽ ജ്യൂസ് ഓർഡർ ചെയ്തു. അവൾ സിദ്ധാർഥിനെ മെല്ലെ ഒന്ന് തിരിഞ്ഞു നോക്കി. അവൻ തിരിഞ്ഞിരുന്ന് ഫോണിൽ എമിയുടെ ഫോട്ടോ പകർത്തുകയാണെന്ന് അവൾക്ക് മനസ്സിലായി. അവൾ 'എന്താ' എന്ന അർഥത്തിൽ ഇടത്തെ പുരികം ചെറുതായൊന്നു പൊന്തിച്ചു. അത് കണ്ട സിദ്ധാർഥ് മെല്ലെ ഫോൺ താഴ്ത്തി തിരിഞ്ഞിരുന്നു. അവൻ മേശമേൽ തല

കുമ്പിട്ടിരുന്നു. എമി കൗണ്ടറിൽ വച്ച രണ്ട് ജ്യൂസ് കയ്യിലെടുത്തു. ശേഷം സിദ്ധാർഥ് ഇരുന്ന ടേബിളിലേക്ക് ചെന്നു. വലതു കയ്യിലെ ജ്യൂസ് അവൻ്റെ മുന്നിൽ വച്ചു. ശേഷം എമി അവൻ്റ എതിർ വശത്തുള്ള കസേരയിൽ ഇരുന്നു. സിദ്ധാർഥ് എമിയെ നോക്കി പുഞ്ചിരിച്ചു. അവളും ഒന്ന് പുഞ്ചിരിച്ചു. ശേഷം തൻ്റെ അടുത്തിരുന്ന ജ്യൂസിലെ സ്ട്രോ എമി ചെറുതായൊന്ന് ഇളക്കി. സിദ്ധാർഥ് എമിയെ അടിമുടി നോക്കിക്കൊണ്ടേയിരുന്നു. അവൾ അത് കണ്ടെങ്കിലും ശ്രദ്ധിക്കാത്ത രീതിയിൽ ജ്യൂസ് കുടിച്ചു കൊണ്ടിരുന്നു. സിദ്ധാർഥ് എമിയിൽ നിന്നും കണ്ണെടുക്കാതെ തന്നെ ജ്യൂസ് കുടിച്ചു തുടങ്ങി. കുടിച്ചു പകുതി ആയപ്പോഴേക്കും അവന് ശരീരമാകെ ഒരു മാറ്റം അനുഭവപ്പെട്ടു. അവൻ്റെ അടിവയറ്റിൽ ഉണ്ടായ നിയന്ത്രിക്കാനാവാത്ത ആ ഒരു അനുഭൂതി അവന് സഹിക്കാവന്നതിലും അപ്പുറമായിരുന്നു. ഇരുന്നിടത്ത് ഇരിപ്പ് ഉറക്കാത്ത മട്ടിൽ അവൻ എന്തൊക്കെയോ ചെയ്തു കൊണ്ടിരുന്നു. ഇതെല്ലാം എമി കാണുന്നുണ്ടായിരുന്നു. അവൾ കുറച്ചു നേരം നോക്കിയിരുന്ന ശേഷം ചോദിച്ചു;

" എന്തുപറ്റി? എന്താ തനിക്കൊരു വല്ലായ്മ പോലെ?"

"ഏയ് ഒന്നുല്ല." അവൻ്റെ ശബ്ദം ഇടറി.

എങ്കിലും അവൻ നേരെ ഇരിക്കാൻ ശ്രമിച്ചു. എന്നാൽ അവനതിന് കഴിഞ്ഞില്ല. അവൻ്റെ ശരീരം അവൻ്റെ നിയന്ത്രണം വിട്ട് പോയിരുന്നു. എമിയുടെ അടുത്തിരുന്നാൽ നാണം കെട്ടു പോകുമെന്ന് അവന് മനസ്സിലായി. എന്നാൽ തൻ്റെ ശരീരത്തിൽ പെട്ടെന്ന് ഇങ്ങനെയൊരു മാറ്റം സംഭവിക്കാനുള്ള കാരണം എത്ര ആലോചിച്ചിട്ടും അവന് മനസ്സിലായില്ല. അവൻ തൻ്റെ പാൻ്റിൻ്റെ സിപ്പിൽ അമർത്തി പിടിച്ചു. ശേഷം എമിയോട്;

" ഞാനിപ്പോ വരാം.." എന്നും പറഞ്ഞ് അവർ ഇരുന്നതിൻ്റെ വലതു വശത്ത് ' ടോയെല്റ്റ്' എന്നെഴുതിയതിൻ്റെ അടുത്തായ് താഴേക്ക് ഒരു ആരോ മാർക്കോടു കൂടിയ ബോർഡിൻ്റെ അടിഭാഗത്തു കൂടിയുള്ള വഴിയിലൂടെ സിദ്ധാർഥ് ഓടി. അവിടെ 'ജെൻ്റ്സ്' എന്നെഴുതിയ ഒരു ബോർഡും ഇടത്തേക്ക് ഒരു ആരോയും ഉണ്ടായിരുന്നു. അവൻ വേഗം തന്നെ ഇടതു വശത്തു കണ്ട ഡോർ തള്ളിത്തുറന്ന് അതിനകത്തേക്ക് പ്രവേശിച്ചു.

എമി അവൻ പോയ വഴിയേ നോക്കിയിരുന്ന് ചിരിച്ചു കൊണ്ട് മുമ്പ് നടന്നതൊന്നു ചിന്തിച്ചു നോക്കി.

എമി കൗണ്ടറിൽ നിന്നും ജ്യൂസ് എടുക്കുന്നതിന് മുമ്പ് അതിൽ ഒരു ഗ്ലാസ്സിൽ അവൾ ആരും തന്നെ ശ്രദ്ധിക്കുന്നില്ലെന്ന് ഉറപ്പു വരുത്തിയ ശേഷം ബാഗിൽ നിന്നും എടുത്ത ഒരു ചെറിയ വെളുത്ത കുപ്പിയിൽ നിന്നും വെള്ളം പോലൊരു മിശ്രിതം ഒഴിച്ചു കൊടുത്തു. ആ കുപ്പിക്കു മുകളിൽ കറുത്ത അക്ഷരങ്ങളിൽ 'സെക്സ് ഡ്രോപ്സ്' എന്നെഴുതിയിട്ടുണ്ടായിരുന്നു. ആ കുപ്പിയിലെ പകുതിയോളം മിശ്രിതം അവൾ ആ ഗ്ലാസ്സിൽ ഒഴിച്ചു. ശേഷം ഗ്ലാസ്സിലെ സ്ട്രോ ഉപയോഗിച്ച് ജ്യൂസിൽ മരുന്ന് കാലരാൻ പാകത്തിന് നന്നായോന്ന് ഇളക്കി. ആ ഗ്ലാസ്സ് അവൾ തൻ്റെ വലതു കയ്യിൽ എടുത്തു. അടുത്ത ഗ്ലാസ്സ് ഇടതു കയ്യിലും. ശേഷം സിദ്ധാർഥിൻ്റെ അടുത്തെത്തിയതും വലതു കയ്യിലെ ഗ്ലാസ്സ് അവൻ്റെ മുന്നിൽ വച്ചു കൊടുത്തു. എമിയെ നോക്കിക്കൊണ്ട് അവന്നത് പകുതിയോളം കുടിച്ചു തീർത്തു.

അവൾക്ക് ഇത് ആലോചിച്ച് ചിരി അടക്കാൻ കഴിഞ്ഞില്ല.

വാഷ്റൂമിലെ കണ്ണാടിയിൽ സിദ്ധാർഥിൻ്റെ മുഖം തെളിഞ്ഞു കാണാം. കാമാസക്തിയുടെ മൂർധന്യാവസ്ഥയിൽ എത്തി നിൽക്കുകയാണ് അവൻ എന്നത് കണ്ണാടിയിൽ തെളിഞ്ഞ അവൻ്റെ മുഖത്ത് വ്യക്തമായിരുന്നു. ഇടക്ക് പല്ലുകൾ കൂട്ടി പിടിക്കുകയും പലതരം ശബ്ദങ്ങൾ പുറപ്പെടുവിക്കുകയും ചെയ്തു. ഇതെല്ലാം വാഷ് റൂം ഉപയോഗിക്കാൻ പുറത്ത് കാത്തു നിന്ന മറ്റു രണ്ടു യുവാക്കൾ കേൾക്കുകയും അവർ പരസ്പരം നോക്കി ചിരിക്കുകയും ചെയ്തു. അവർ ഇരുവരും അവനെക്കുറിച്ചു പറഞ്ഞ് കളിയാക്കുന്നതു കേട്ട് ശരീരത്തിലെ ഊർജ്ജം മുഴുവൻ നഷ്ടപ്പെട്ട് തളർന്ന് അവശനായി കണ്ണാടിയുടെ മുമ്പിൽ നോക്കി നിൽക്കെ സിദ്ധാർഥിന് സങ്കടവും അപമാനവും തോന്നി. അവൻ ടാപ്പ് തുറന്ന് കുറേ വെള്ളം മുഖത്തേക്ക് കോരി കോരി ഒഴിച്ചു കൊണ്ടേയിരുന്നു. ഒടുവിൽ ഇരു കൈകൾക്കൊണ്ടും മുഖം പൊത്തി അവൻ ഉറക്കെ കരഞ്ഞു.

പുറത്തേക്ക് വന്ന സിദ്ധാർഥ് ആകെ അവശനായിരുന്നു. വാഷ് റൂമിന് പുറത്തുണ്ടായിരുന്ന മുഴുവൻ ആളുകളുടെയും പരിഹാസ ചിരി അവന്റെ കാതുകളിൽ മുഴങ്ങി കേട്ടു. അവൻ അവരെ നോക്കാനുള്ള ബുദ്ധിമുട്ടോർത്ത് തല കുമ്പിട്ടു നടന്നു.

ഡൈനിങ്ങ് റൂമിൽ ചെന്ന് നോക്കിയപ്പോൾ എമിയെ അവിടെങ്ങും കാണ്മാനില്ല. എമി തനിക്ക് പണി കൊടുത്തതാണെന്ന് അവന് മനസ്സിലായി. ഇത്ര വലിയ ശരീരം ഉണ്ടായിട്ടും ഇങ്ങനെയൊരു അവസ്ഥ വന്നപ്പോൾ പകച്ചു പോയല്ലോ എന്നോർത്ത് അവൻ സ്വയം പുച്ഛരിച്ചു.

# 3

**അധ്യായം 3**

വീട്ടിൽ പോയി ഫ്രഷ് ആയ ശേഷം വൈകുന്നേരം ഏകദേശം ആറുമണിയോടെ നേരത്തെ തീരുമാനിച്ച പോലെ തന്നെ എല്ലാവരും ക്ലബ്ബിലെത്തി.

അവരെക്കൂടാതെ മറ്റനേകം ആളുകൾ ആ ക്ലബ്ബിലുണ്ടായിരുന്നു. ബീച്ച് സൈഡിൽ ഒരു കൂടാരം പോലെ തോന്നിക്കുന്ന സ്ഥലം. കുറച്ച് ന്യൂ ജനറേഷൻ ചെറുപ്പക്കാർ ചേർന്ന് ചില സീസണുകളിൽ, പ്രത്യേകം ചില ദിവസങ്ങളിൽ മാത്രം തുറന്ന് പ്രവർത്തിക്കുന്ന ക്ലബ്ബായിരുന്നു അത്. അതിനകത്ത് ചെറിയൊരു മദ്യ വിൽപ്പന ശാലയുണ്ട്. ഫോറിൻ ഡ്രിംഗ്സ് ആണധികവും. സ്റ്റേജിൽ ഒരു മ്യൂസിക് ട്രൂപ്പ് തങ്ങളുടെ ഊർജ്ജം മുഴുവൻ എടുത്ത് ഒരു റാപ് സോങ് ഇൻസ്ട്രമെന്റ്സിന്റെ സഹായത്തോടെ പാടി തകർക്കുന്നു. അത് ആസ്വദിച്ചു കൊണ്ട് താളത്തിൽ കയ്യടിച്ചും ചുവടുകൾ വച്ചും തുള്ളിച്ചാടിയും അവരെ പ്രോത്സാഹിപ്പിക്കുന്ന ഒട്ടനവധി ചെറുപ്പക്കാരോടൊപ്പം ആ അഞ്ച് പേരും കൂടി ചേർന്നു.

മ്യൂസിക് ബാന്റിന്റെ പരിപാടികളെല്ലാം കഴിഞ്ഞ് എല്ലാവരും അടുത്തുള്ള ക്യാന്റീനിൽ ചെന്ന് ഭക്ഷണം വാങ്ങിച്ചു. കഴിക്കുന്നതിനിടയിൽ അവർ അഞ്ച് പേരും കുറേക്കൂടി വിശദമായി പരിചയപ്പെട്ടു. എല്ലാവരും അവരുടെ വീട്ടുകാരെപ്പറ്റി പറഞ്ഞപ്പോൾ എമി മിണ്ടാതിരിക്കുന്നതും അവളുടെ മുഖം വാടുന്നതും അവരെല്ലാവരും ശ്രദ്ധിച്ചു. കാര്യം തിരക്കിയെങ്കിലും എമി ഒന്നും മിണ്ടാതെ ഭക്ഷണം കഴിച്ച പാത്രവുമായി വാഷ് റൂമിലേക്ക് പോയി. എല്ലാരും അത് നോക്കി നിൽക്കെ താര പറഞ്ഞു...

"എമിയുടെ പാരന്റ്സ് ഒക്കെ ചെറുപ്പത്തിലേ മരിച്ചു പോയതാ.അവൾ പഠിച്ചതും വളർന്നതുമെല്ലാം എർണാകുളത്തെ ഒരു ഓർഫനേജിലാണ്.ഇപ്പോൾ അവൾ ഇവിടൊരു ഫ്ലാറ്റിൽ ഒറ്റക്കാണ് താമസം."ഇതു കേട്ട് കഴിഞ്ഞതും എല്ലാരുടെയും മുഖമൊന്നു വാടി.

അപ്പോഴാണ് എമി അവിടേക്ക് വന്നത്.എല്ലാവരുടെയും മുഖം കണ്ടപ്പോഴേ കാര്യങ്ങൾ ഏകദേശം അവൾ ഊഹിച്ചെടുത്തു. താരയെ ഒന്ന് നോക്കിയ ശേഷം അവൾ എല്ലാവരോടുമായ് പറഞ്ഞു

"നമ്മൾ ഇവിടെ എൻജോയ് ചെയ്യാനല്ലേ വന്നത്. എനിക്കാണെങ്കിൽ ഇങ്ങനത്തെ സിംമ്പതിയൊന്നും ഇഷ്ടവുമല്ല.സോ ജസ്റ്റ് ലീവ് ഇറ്റ്." താരയുടെ അടുത്തുചെന്ന് അവളുടെ തോളിൽ കൈ വച്ചു കൊണ്ട് എമി ഉച്ചത്തിൽ വിളിച്ചു പറഞ്ഞു......

"ലെറ്റ്സ് എന്ജോയ്..."

കഴത്തിലിട്ടിരുന്ന സ്റ്റോൾ അവൾ മുകളിലേക്ക് വലിച്ചെറിഞ്ഞു.

പിന്നീട് എല്ലാവരും പാർട്ടിയിലേക്ക് തിരിച്ചു വന്നു. ക്ലബ്ബിനുള്ളിൽ ഡിജെ മുഴങ്ങി കേൾക്കുന്നുണ്ട്. നൃത്തച്ചുവടുകളാൽ ആർപ്പു വിളിച്ചു കൊണ്ട് ഒരു കൂട്ടം ചെറുപ്പക്കാർ. പെട്ടന്ന് തങ്ങൾ നിൽക്കുന്ന സ്ഥലം കുലുങ്ങുന്നതു പോലെ എല്ലാവർക്കും തോന്നിയെങ്കിലും പാട്ടിന്റെ ഒച്ച കാരണം അവരത് കാര്യമായ് എടുത്തില്ല. കുറച്ചു നേരം കഴിഞ്ഞപ്പോൾ മുകളിലെ ഷീറ്റ് പതിയെ കീറാൻ തുടങ്ങി. അത് ആരും ശ്രദ്ധിച്ചില്ലെങ്കിലും ഷീറ്റ് കുറച്ചധികം കീറി അതിൽ നിന്നെന്തോ താഴെ വീഴാനൊരുങ്ങിയതും എല്ലാവരും ക്ലബ്ബിന്റെ നടുഭാഗത്ത് നിന്നും വശങ്ങളിലേക്ക് മാറി. ഡിജെ എല്ലാം അപ്പോഴേക്കും നിന്നു. അധികം വൈകാതെതന്നെ ആ ക്ലബ്ബിനുള്ളിലെ നിശബ്ദത ഇല്ലാതാക്കിക്കൊണ്ട് വലിയ ശബ്ദത്തോടുകൂടി മുകളിൽ നിന്നും ഖനമുള്ള ഒരു വസ്തു താഴേക്ക് പതിച്ചു. അതൊരു മനുഷ്യ ശരീരമാണെന്ന് ഉൾക്കൊള്ളാൻ എല്ലാവർക്കും അല്പം സമയമെടുത്തു.

എല്ലാവരും സ്തബ്ധരായി നിന്നു പോയി.

അധികം വൈകാതെതന്നെ പോലീസ് സ്ഥലത്തെത്തി. പോലീസും ഫോറൻസിക്കും ജഡം പരിശോധിച്ചുകൊണ്ടിരിക്കവെ ഒരു വെളുത്ത സ്കോർപ്പിയോ ക്ലബ്ബിന്റെ പുറത്ത് വന്നു നിന്നു. അതിൽനിന്നും സുന്ദരനും സുമുഖനുമായ ഒരു പോലീസ് ഓഫീസർ പുറത്തേക്ക് ഇറങ്ങി. എ സി പി ഡേവിഡ് ജോൺ ആയിരുന്നു അത്. അവിടെയുണ്ടായിരുന്ന പോലീസുകാരുടെയെല്ലാം സെല്യൂട്ട് ഏറ്റുവാങ്ങിക്കൊണ്ട് അയാൾ ക്ലബ്ബിനകത്തേക്ക് നടന്നു. അപ്പോഴേക്കും എസ് ഐ ദീപക് ഡേവിഡിന്റെ അടുത്തുവന്ന് കേസിന്റെ ഡീറ്റെയിൽസ് പങ്കുവച്ചു....

"മരിച്ചത് ഒരു സ്ത്രീയാണ് സർ. മർഡർ കേസാണ്."

ഡേവിഡ് നേരെ മൃതശരീരത്തിനടുത്ത് ചെന്ന് ചുറ്റും നടന്ന് സൂക്ഷ്മമായി ഓരോന്നും നിരീക്ഷിച്ച ശേഷം അടുത്തു നിന്ന പോലീസുകാരനോടായ് പറഞ്ഞു....

"ആരെയും പുറത്ത് പോകാൻ അനുവദിക്കരുത്."

അതിനയാൾ

"യെസ് സാർ"എന്നൊരല്പം ഗാംഭീര്യ സ്വരത്തിൽ പറഞ്ഞു.

അയാൾ ചെന്ന് തന്നെ ഏൽപ്പിച്ച ജോലി ഭംഗിയായി നിർവഹിച്ചു.ഡേവിഡ് ഫോറൻസിക്കുകാരുടെ നേരെ തിരിഞ്ഞു...

"നിങ്ങളുടെ എക്സാമിനേഷൻസ് കഴിഞ്ഞ് ബോഡി പോസ്റ്റ്മോർട്ടത്തിനയച്ചോളു."

"ശരി സർ."ബോഡിയിലെ ഫിംഗർപ്രിന്റ്സ് പരിശോധിക്കുന്നതിനിടയിൽ ഒരാൾ പറഞ്ഞു.

ശേഷം അവിടെ കൂടിയിരിക്കുന്നവരോടായി ഡേവിഡ് ചോദിച്ചു..

."നിങ്ങൾക്കാർക്കെങ്കിലും ഈ കിടക്കുന്ന സ്ത്രീയെ അറിയാമോ? ആർക്കെങ്കിലും എന്തെങ്കിലും അറിയുമെങ്കിൽ അത് തുറന്ന് പറയുന്നതാണ് നല്ലത്."

പക്ഷേ ആരും ഒന്നും മിണ്ടിയില്ല.അടുത്തുനിന്ന എസ് ഐ ദീപക്കിനോട് "ബോഡി ഐഡന്റിഫൈ ചെയ്യാനുള്ള ഏർപ്പാടുകൾ ചെയ്യണം.കൂടാതെ ഇവിടെയുള്ള എല്ലാവരുടെയും ഡീറ്റെയിൽസ് കളക്റ്റ് ചെയ്ത്, മൊഴിയെടുത്തതിനു ശേഷമേ പറഞ്ഞയക്കാവു."എന്ന് പറഞ്ഞ് ക്ലബ്ബിനു പുറത്തേക്ക് നടക്കവെ ദീപക് പറഞ്ഞു......"കേസല്പം കോംപ്ലിക്കേറ്റഡ് ആണല്ലോ സാർ."

"ആ.... നമുക്ക് നോക്കാടോ."ഡേവിഡ് ഒരു ചെറിയ പുഞ്ചിരിയോടെ പറഞ്ഞു.

പിറ്റേ ദിവസം രാവിലെ എമിയുടെ ഫോൺ നിർത്താതെ ബെല്ലടിക്കുന്നത് കേട്ട് തലേ ദിവസത്തെ ഉറക്കക്ഷീണം മാറാത്തതിലുള്ള ദേഷ്യത്തിൽ ഒന്ന് മൂളിക്കൊണ്ട് അവൾ ഫോണെടുത്ത് നോക്കി.താരയുടെ കോൾ ആയിരുന്നു.കോൾ എടുത്ത ഉടനെ താര വെപ്രാളത്തിൽ പറഞ്ഞു തുടങ്ങി..

"എമി നീ അറിഞ്ഞോ ....ഇന്നലെ മരിച്ച സ്ത്രീ നമ്മുടെ ഓഫീസിലെ സ്റ്റാഫായിരുന്നെന്ന്. എം ഡി യുടെ പേഴ്സണൽ സെക്രട്ടറി ആയിരുന്നത്രെ. ഇപ്പോ സ്റ്റേഷനിൽനിന്ന് വിളിച്ചിരുന്നു. നമ്മളോടെല്ലാം ഉടനെ സ്റ്റേഷനിലെത്താൻ പറഞ്ഞു."

ഒറ്റ ശ്വാസത്തിൽ ഇത്രയും പറഞ്ഞു തീർത്തുകൊണ്ട് താര ദീർഘ ശ്വാസം വിട്ടു.

"ഓ... ഏതു നേരത്താണോ ആ നശിച്ച ക്ലബ്ബിൽ പോകാൻ തോന്നിയത്. എന്തായാലും നീയിങ്ങോട്ട് വാ. ഞാനിപ്പൊ റെഡിയാവാം." കട്ടിലിൽ നിന്നും ചാടിയെഴുന്നേറ്റു കൊണ്ട് എമി പറഞ്ഞു. ഫോൺ കട്ട് ചെയ്തതും രാത്രിയിലെ സംഭവങ്ങളെല്ലാം അവളുടെ മനസ്സിൽ മിന്നി മറിഞ്ഞു.

# 4

**അധ്യായം 4**

താരയുടെ കാർ പോലീസ് സ്റ്റേഷന്റെ മുറ്റത്തെത്തി. അവരിരുവരും തിടുക്കത്തിൽ കാറിൽ നിന്നിറങ്ങി സ്റ്റേഷന്റെ അകത്തേക്ക് നടന്നു. അവർ അകത്തെത്തിയപ്പോൾ അവർക്ക് മുന്നെ അവിടെ വന്ന നാഥാനടക്കമുള്ള മൂന്നുപേരെയും കണ്ടു. അവർ തമ്മിൽ ഒന്നും സംസാരിച്ചില്ല. പുറത്ത് ഒരു വാഹനത്തിന്റെ ശബ്ദം കേട്ടപ്പോൾ എല്ലാവരുടെയും ശ്രദ്ധ അങ്ങോട്ടു തിരിഞ്ഞു. എ സി പി ഡേവിഡ് തന്റെ വെളുത്ത സ്കോർപിയോയിൽ നിന്നും ഇറങ്ങി. എമിയുടെയും കൂട്ടരുടെയും അടുത്തെത്തിയതും അവരെ തുറുപ്പിച്ചൊരു നോട്ടം നോക്കിയിട്ട് അയാൾ അവിടെ കണ്ട കസേരയിൽ കയറി ഇരുന്നു. എല്ലാവരുടെയും മുഖത്തേക്ക് ഒന്ന് നോക്കിയ ശേഷം ഡേവിഡ് അല്പം ഗൗരവത്തിൽ തന്നെ പറഞ്ഞു തുടങ്ങി...

"നോവ.......ഇൻഫിനിറ്റം എന്ന കമ്പനിയുടെ എംഡി മാനുവേൽ ഐസക്കിന്റെ പേഴ്സണൽ സെക്രട്ടറി. പക്ഷേ ആ കമ്പനിയിൽ ജോലി ചെയ്യുന്ന നിനക്കൊന്നും അവളെ അറിയില്ല അല്ലേ..? ഇന്നലെ നീയൊക്കെ എന്തിനാടാ അങ്ങനെയോരു കള്ളം പറഞ്ഞേ? സത്യം പറയെടാ.....നിനക്കൊക്കെ ഇതിൽ എന്താടാ പങ്ക്..?" അടുത്തുള്ള മേശമേൽ ആഞ്ഞടിച്ചുകൊണ്ട് അയാൾ അവരുടെ നേരെ നോക്കി.

എല്ലാവരും ഒന്ന് ഞെട്ടി.തൊണ്ടയില ഉമിനീർ ഒന്നിറക്കിയ ശേഷം മനു പറഞ്ഞു തുടങ്ങി...

"ഞങ്ങൾ പറഞ്ഞത് സത്യമാണ് സർ... ഞങ്ങൾക്ക് ഈ നോവ ആരാണെന്നു പോലും അറിയില്ല. ഇന്നലെയായിരുന്നു ആ കമ്പനിയിൽ ഞങ്ങളുടെ ഇന്റർവ്യൂ. എം ഡി

സ്ഥലത്തില്ലാത്തതുകകൊണ്ട് ഞങ്ങളോട് തിങ്കളാഴ്ച അതായത് നാളെ ജോയിൻ ചെയ്താൽ മതിയെന്ന് പറഞ്ഞു.അതുകൊണ്ടുതന്നെ അവിടുത്തെ ആളുകളെ ആരെയും ഞങ്ങൾക്കറിയില്ല."

"ജോലി കിട്ടിയ സന്തോഷത്തിൽ പാർട്ടി ആഘോഷിക്കാൻ പോയെന്നല്ലാതെ ഞങ്ങൾക്ക് മറ്റൊന്നും അറിയില്ല സർ." താര അല്പം ഭയത്തോടും വിഷമത്തോടും കൂടി പറഞ്ഞു.

എന്തുകൊണ്ടോ ഡേവിഡ് പിന്നീടവരെ അധികം ചോദ്യം ചെയ്യാതെ പറഞ്ഞു വിട്ടു. ആ അഞ്ചു പേരും പോയ ശേഷം ദീപക്കിനോടായ് പറഞ്ഞു....

"താൻ പറഞ്ഞപോലെ ഈ കേസ് അല്പം കുഴപ്പം പിടിച്ചതു തന്നെയാണ്.പക്ഷ കൊലയിളിയെ നമ്മൾ കണ്ടെത്തിയെ തീരു.കേസുമായി ഒരു ചെറിയ ബന്ധമെങ്കിലുമുള്ള എല്ലാവരെയും ചോദ്യം ചെയ്യണം.ഒരാളു പോലും മിസ്സ് ആവരുത്."

"ഷുവർ സർ....ആ പിന്നെ ഫോറൻസിക് ലാബീന്ന് വിളിച്ചിരുന്നു. എവിടെൻസ് ഒന്നും തന്നെ കിട്ടിയില്ലെന്നാ പറഞ്ഞേ. ഇവെൻ ഒരു ഫിംഗർപ്രിന്റ് പോലും ഇല്ല."

ദീപക് പറഞ്ഞതു കേട്ടുകൊണ്ട് കണ്ണടച്ച് കേസരയിൽ ചാഞ്ഞു കിടക്കുകയായിരുന്ന ഡേവിഡ് ഒന്നിരുത്തി മൂളി. അപ്പോഴാണ് ഡേവിഡിന്റെ ഫോൺ റിംഗ് ചെയ്തത്. നോവയുടെ ബോഡി പോസ്റ്റ്മോർട്ടം ചെയ്ത ഡോക്ടർ റോയ് ഡേവിഡിനെ ഉടനെ കാണണമെന്ന് അറിയിച്ചുകൊണ്ടുള്ള കോൾ ആയിരുന്നു അത്.

അടുത്ത നിമിഷം ഡേവിഡ് സെന്റ് തോമസ് ആശുപത്രിയുടെ മോർച്ചറിയിൽ എത്തി.ഡോക്ടർ റോയ് ഡേവിഡിനെ ബോഡിയുടെ അരികിലേക്ക് വിളിച്ചു കൊണ്ടു പോയി.

"തീയിൽ ചുട്ടുപഴുപ്പിച്ച ഇരിമ്പു കൊണ്ടുള്ള ഒരായുധം കൊണ്ട് ഹൃദയഭാഗത്ത് ആഴത്തിൽ കുത്തിയിറക്കിയാണ് കൊല നടത്തിയിരിക്കുന്നത്. അതു കൂടാതെ ഇരു കയ്യിലും ബ്ലെയിഡ് കൊണ്ട് വരഞ്ഞതുപോലെയുള്ള ഏഴ് മുറിവുകളുണ്ട്. ഇടതു കയ്യിൽ നാലും വലതു കയ്യിൽ മൂന്നും. ആ ഭാഗത്തുള്ള സ്കിന്നിൽ മുളകുപൊടിയുടെ അംശം കണ്ടെത്തിയിട്ടുണ്ട്. മരിക്കുന്നതിനു മുൻപായിരിക്കണം ഇത് നടന്നിട്ടുണ്ടാവുക. കയ്യിലും കാലിലുമെല്ലാം കയറോ മറ്റോ

ഉപയോഗിച്ച് കെട്ടിയതിന്റെ പാടുകൾ ഉണ്ട്. ബ്ലഡ്ഡിൽ ബാർബിച്ചുറേറ്റ് വിഭാഗത്തിൽ പെട്ട ഒരു കെമിക്കലിന്റെ അംശം കണ്ടെത്തിയിട്ടുണ്ട്. 'നെമ്ബ്യൂട്ടാൾ' എന്നറിയപ്പെടുന്ന പെന്റോബാർബിറ്റാൾ. ഇതൊരു സെഡേറ്റീവ് ഡ്രഗ് ആണ്. ഇൻസോമിയയുടെ ചില കൺഡീഷൻസിലൊക്കെ ഇത് യൂസ് ചെയ്യാറുണ്ട്."

എല്ലാം കേട്ടു കഴിഞ്ഞ് നടന്ന കൊലയെക്കുറിച്ച് ഏകദേശം ഒരു രൂപം കിട്ടിയ സന്തോഷത്തിൽ ഡേവിഡ് റോയിയോട് നന്ദി പറഞ്ഞ് പുറത്തിറങ്ങി. അപ്പോഴേക്കും ഡേവിഡിനെ കാത്ത് പുറത്ത് നിന്നിരുന്ന മീഡിയ അയാളെ വളഞ്ഞു. അവരുടെ ചോദ്യങ്ങൾക്കൊന്നും ഉത്തരം നൽകാതെ ഡേവിഡ് തന്റെ വണ്ടിയിൽ കയറി ഓഫീസിലേക്ക് തിരിച്ചു. പോകുന്നവഴിയിൽ ദീപക്കിന്റെ കോൾ വന്നത് ഡേവിഡ് ശ്രദ്ധിച്ചു. വണ്ടിയോടിക്കുകയായതിനാൽ കോൾ എടുത്തില്ല.

ഓഫീസിലെത്തി തന്നെ കാത്തു നിൽക്കുന്ന ദീപക്കിന്റെ അടുത്തേക്ക് ഡേവിഡ് ഓടി ചെന്നു.

"എന്തായി ദീപക് .....എനി ഇൻഫോർമേഷൻ?"

"യെസ് സർ...നോവയെ പറ്റി അന്വേഷിച്ചു.അവർ ഓസ്ട്രേലിയൻ സിറ്റിസൺ ആണ്. ഇവിടെ അവർക്ക് ബന്ധുക്കാരായി ആരും തന്നെ ഇല്ല. ഏകദേശം അഞ്ച് വർഷമായി അവർ ഇൻഫിനിറ്റം എന്ന കമ്പനിയിൽ മാനുവേലിന്റെ പേഴ്സണൽ സെക്രട്ടറി ആയി ജോലി നോക്കുന്നു."

ദീപക് തന്റെ കയ്യിലുണ്ടായിരുന്ന ഫൈൽ ഡേവിഡിനു നേരെ നീട്ടിക്കൊണ്ട് പറഞ്ഞു.

"കമ്പനിയിലെ മറ്റുള്ളവരെ ചോദ്യം ചെയ്തോ?"ഡേവിഡ് ഫൈൽ നോക്കുന്നതിനിടയിൽ ചോദിച്ചു.

"ചെയ്തു സർ....ബട്ട് നോവ അവരാരുമായി അത്ര നല്ല രസത്തിലല്ലാരുന്നെന്നും മാനുവേലിനോട് മാത്രമേ അധികം സംസാരിച്ചിരുന്നുള്ളു എന്നുമാണ് അറിയാൻ കഴിഞ്ഞത്. ബട്ട് സർ....ഈ മാനുവേലിനെ മാത്രം ചോദ്യം ചെയ്യാൻ ഇതുവരെ

കഴിഞ്ഞിട്ടില്ല. അയാൾ ഇന്ന് വൈകുന്നേരമേ സ്ഥലത്തെത്തുകയുള്ളൂ."

ദീപക് ഇത് പറയുമ്പോഴും ഡേവിഡിന്റെ ശ്രദ്ധ ആ ഫയലിലുള്ള ഫോട്ടോസിലായിരുന്നു. കുറേ നേരം നോവയുടെ മരിച്ചു കിടക്കുന്ന ഫോട്ടോ നോക്കിയ ശേഷം അത് ദീപക്കിന്റെ നേരെ കാണിച്ചു കൊണ്ട് ചോദിച്ചു...

"ഡു യു സീ സംത്തിംഗ് സ്ട്രെയിഞ്ച്?"

അല്പനേരം ആ ഫോട്ടോയിലേക്ക് സൂക്ഷിച്ചു നോക്കിയ ശേഷം ദീപക് ഒരു സംശയത്തോടെ ഡേവിഡിനെ നോക്കി....

"സർ ഉദ്ദേശിച്ചത്...."

"മ്......... ഡോക്ടർ റോയ് പറഞ്ഞതുപോലെ അത് വെറുമൊരു ഇരിമ്പു ദണ്ഡല്ല. അതിന് 'എൻ' എന്ന അക്ഷരത്തിന്റെ ഷേപ്പ് കൂടിയുണ്ട്. ഒരു പക്ഷേ കയ്യിൽ കിട്ടിയ ആയുധം ഉപയോഗിച്ചു എന്നേ ഉണ്ടാകു. അതല്ലെങ്കിൽ ഇത് എന്തിന്റെരൊക്കെയൊ സൂചനയാണ്."

ഡേവിഡ് ഫോട്ടോയിലേക്ക് നോക്കിക്കൊണ്ട് പറഞ്ഞു.

"സർ....ഇത് ചിലപ്പോൾ ആ കില്ലറിന്റെ പേരിനെ സൂചിപ്പിക്കുന്നത് ആയിരിക്കുമോ?..മേ ബി എ സൈൻ?"

ദീപക് സംശയത്തോടെ ചോദിച്ചു.

"മ്...... ചിലപ്പോൾ അങ്ങനെയാവാം..... അതുമല്ലെങ്കിൽ അത് 'നോവ' യുടെ 'എൻ'നുമാവാം"

ഡേവിഡ് അവിടെയുണ്ടായിരുന്ന ഒരു പേപ്പറിൽ 'നോവ' എന്നെഴുതുന്നതിനിടയിൽ പറഞ്ഞു.

ശേഷം ദീപക്കിന്റെ നേരെ തിരിഞ്ഞു.

"ദീപക്...മാനുവേലിന്റെ കാര്യം എന്തായി?"

"മാനുവേൽ ഇന്ന് ഈവനിംഗ് എത്തും.ഇങ്ങോട്ട് വന്നാലുടനെ സ്റ്റേഷനിൽ റിപ്പോർട്ട് ചെയ്യാമെന്ന് പറഞ്ഞിട്ടുണ്ട് സർ."

"മ്.... ഗുഡ്....അയാളെ കൂടി ചോദ്യം ചെയ്ത് ശേഷം എന്തെങ്കിലും ക്ലൂ കിട്ടുവോന്ന് നോക്കാം"

ഇതും പറഞ്ഞ് ഡേവിഡ് ഫൈലുമായി സ്റ്റേഷന്റെ പുറത്തേക്കിറങ്ങി. തന്റെ സ്കോർപ്പിയോയുടെ ഡോർ തുറന്ന് ഫൈൽ അതിനകത്തേക്കിട്ടു. ശേഷം ഡോറിൽ ചാരി നിന്നുകൊണ്ട് പോക്കറ്റിൽ നിന്നും ഒരു സിഗരറ്റ് എടുത്ത് കത്തിച്ച് വായിൽ വച്ചു. അല്പനേരം

എന്തോ ആലോചിച്ച ശേഷം വായിലെ സിഗററ്റ് എടുത്തു മാറ്റി അന്തരീക്ഷത്തിലേക്ക് പുക ഊതി വിട്ടുകൊണ്ട് ഡേവിഡ് തന്റെ വണ്ടിയിൽ കയറി.

നോവയുടെ ബോഡി കിട്ടിയ ക്ലബ്ബിലേക്കാണ് ഡേവിഡ് പോയത്.

ആ ക്ലബ്ബ് ഇപ്പോൾ പ്രവർത്തന രഹിതമായി മാറിയിരുന്നു. അതിനകത്ത് കയറി നോക്കിയെങ്കിലും എങ്ങനെയാണ് അത്രയും ഖനമുള്ള ഒരു ബോഡി മേലെ എത്തിച്ചത് എന്ന ചോദ്യത്തിന് അപ്പോഴും ഉത്തരം ലഭിച്ചില്ല. ഡേവിഡ് ക്ലബ്ബിനു ചുറ്റും നടന്നു നോക്കി. അപ്പോഴാണ് രണ്ട് ചെറുപ്പക്കാർ ചേർന്ന് ക്ലബ്ബിന്റെ മുകളിലായ് കെട്ടിയിരുന്ന തോരണങ്ങൾ അഴിക്കുന്നത് ഡേവിഡിന്റെ ശ്രദ്ധയിൽ പെട്ടത്. ഒരാൾ കോണിയിട്ട് അതിന്റെ മേലെ നിന്ന് തോരണങ്ങൾ അഴിച്ച് താഴേക്കിടുന്നു.താഴെ നിൽക്കുന്ന ആൾ അതെല്ലാം മടക്കി എടുത്തു വയ്ക്കുന്നു. ഡേവിഡ് താഴെ നിന്ന ആളെ കൈ കൊട്ടി വിളിച്ചു. യൂണിഫോമിലായതു കൊണ്ട് ഡേവിഡ് പോലീസാണെന്ന് മനസ്സിലായെന്നോണം അയാൾ കയ്യിലുണ്ടായിരുന്ന തോരണം നിലത്തിട്ട് ഓടി വന്നു.ഡേവിഡിന്റെ മുന്നിലെത്തി കൈ കെട്ടി നിന്നുകൊണ്ടയാൾ ചോദിച്ചു..

"എന്താ സാറേ??"

"ഡോ താനാണോ ഈ ക്ലബ്ബിന്റെ ഓണർ?"

"അയ്യോ അല്ല സാറെ.....മൊതലാളിമാര് സ്ഥലത്തില്ല."

"എവിടെ പോയതാ?ഇവിടെ ഇത്രയും വലിയൊരു സംഭവം നടന്നിട്ടും അവരെന്താടോ വന്നു നോക്കാത്തെ?"

"ചിലപ്പൊ അവരറിഞ്ഞ് കാണില്ല സാറേ."

"അതെന്താടോ നിങ്ങളാരും വിളീച്ചു പറഞ്ഞില്ലേ?"

"എന്റെ സാറേ...അവർക്കതിന് ഫോൺ എന്തെങ്കിലും ഉണ്ടായിട്ടു വേണ്ടേ?ഒരുപാട് പണമുണ്ട്. ഓരോ സ്ഥലത്തും ഇതുപോലെ ക്ലബ്ബ് സെറ്റ് ചെയ്തുണ്ടാക്കുന്നതാണ്.... അതുകൊണ്ട് അവരിങ്ങനെ നാടോടികളെപ്പോലെ ലോകം മുഴുവൻ ചുറ്റി നടക്കും."

"ഓ....അതുകൊള്ളാലോ...അല്ല... ഇതൊക്കെ ഇപ്പൊ അഴിക്കാൻ നിങ്ങളോട് അവരാണോ പറഞ്ഞേ?"

"ആ സാറേ...അത് അന്നേ പറഞ്ഞേൽപ്പിച്ചിരുന്നതാ."

"എന്ന്?"

"ഒരു സ്ഥലത്ത് പത്ത് ദിവസം മാത്രമേ അവര് ക്ലബ്ബ് നടത്താറുള്ളു. അതു കഴിഞ്ഞ് സാധനങ്ങളെല്ലാം അഴിച്ച് കൊണ്ടുപോകും. ഇവിടേം പത്തു ദിവസം മുന്നേ ക്ലബ്ബ് സെറ്റ് ചെയ്തിട്ട് പോയതാണവര്. ഇന്നലെയായിരുന്നു പത്താമത്തെ ദിവസം. അതാ ഇന്നിത് അഴിക്കാമെന്നു വച്ചെ."

"ഓ അങ്ങനെയാണെങ്കിൽ ഈ സാധനങ്ങളെടുക്കാൻ അവരിവിടെ വരുവല്ലേ?"

"വരും.പക്ഷേ എന്നാന്ന് പറയാൻ പറ്റില്ല."

"അത് കുഴപ്പമില്ല...താനൊരു കാര്യം ചെയ്യ്...അവര് വരുവാണെങ്കിൽ ഇതിലെ നമ്പറിലേക്കൊന്ന് വിളിക്കണം."

ഡേവിഡ് തന്റെ വിസിറ്റിംഗ് കാർഡ് അയാൾക്കു നേരെ നീട്ടിക്കൊണ്ട് പറഞ്ഞു.

"വിളിക്കാം സാറേ.."

ഡേവിഡ് അയാൾക്ക് നേരെ കൈ കാണിച്ച ശേഷം വണ്ടിയിൽ കയറി. വണ്ടി സ്റ്റാർട്ട് ആക്കുന്നതിനു മുന്നേ ഡേവിഡ് വണ്ടിയുടെ ഗ്ലാസ്സ് താഴ്ത്തികൊണ്ട് അയാളെ വീണ്ടും കൈ കൊട്ടി വിളിച്ചു. അയാൾ വേഗം തന്നെ വണ്ടിക്കരികിൽ എത്തി.

"ഡോ.. തന്റെ പേരെന്താണെന്നാ പറഞ്ഞേ?"

"ജെയിംസ്"

"ആ...ജെയിംസേ....തോരണം അഴിക്കാനായി നിങ്ങൾ ഇപ്പോ കൊണ്ടു വച്ചതാണോ ആ ഏണി?"

"അല്ല സാർ..രണ്ടു ദിവസം മുന്നെ ക്ലബ്ബിന്റെ മേലത്തെ ബൾബ്ബിനെന്തോ കംപ്ലെന്റ് ഉണ്ടായിരുന്നു....അപ്പോൾ കൊണ്ടു വച്ചതാണ് സാർ ആ ഏണി."

"മ്......ന്നാ ശെരി.നിങ്ങടെ പണി നടക്കട്ടെ."

ഡേവിഡ് ജെയിംസിനോട് യാത്ര പറഞ്ഞ് സ്റ്റേഷനിലേക്ക് പോയി.

സ്റ്റേഷനിലെത്തിയ ഡേവിഡിന്റെ കണ്ണിൽ മുറ്റത്തു കിടക്കുന്ന നീല ബെൻസ് പതിഞ്ഞു. അതിൽ നിന്നും കണ്ണെടുക്കാതെ ഡേവിഡ് സ്റ്റേഷന്റെ അകത്തേക്ക് കയറി.

പൊക്കം കൂടിയ, ഒതുങ്ങിയ ശരീരമുള്ള മുപ്പത്തഞ്ച് വയസ്സ് പ്രായമുണ്ടെങ്കിലും യുവത്വം തുളുമ്പുന്ന, നീല കണ്ണുകളുള്ള, സുന്ദരനും സുമുഖനുമായൊരാൾ ഡേവിഡിനെ കണ്ടതും ഇരുന്നിടത്തു നിന്നും എഴുന്നേറ്റ് നിന്നു.

"ഗുഡ് ഈവനിംഗ് സർ... ഞാൻ മാനുവേൽ....."

"ഓ താനാണോ മാനുവേൽ?..സംഭവം അറിഞ്ഞിട്ടും എന്താ ഇത്ര ലേറ്റ് ആയേ?"ഡേവിഡ് അല്പം ഗൗരവത്തോടെ ചോദിച്ചു.

"സാർ ചിറ്റാർ ആയിരുന്നു ഞങ്ങളുടെ നാട്. അഞ്ച് വർഷം മുന്നേ ഞങ്ങളുടെ അപ്പച്ചൻ പോയതാണ്. അതിനു ശേഷം ഞങ്ങൾ എല്ലാം ഇങ്ങോട്ട് ഷിഫ്റ്റ് ആയെങ്കിലും വർഷത്തിലൊരിക്കൽ ഞാനവിടെ പോകാറുണ്ട്.അങ്ങനെ പോയതാണ് സാർ."

മാനുവേൽ വളരെ വിനയത്തോടെ ആണ് സംസാരിച്ചത്.

"നോവയെ എങ്ങനെയാണ് നിങ്ങൾക്ക് പരിചയം?"ഡേവിഡ് അടുത്ത ചോദ്യം എറിഞ്ഞു കൊടുത്തു.

"ഞാൻ കുറച്ചു നാൾ ഓസ്ട്രേലിയയിൽ ഉണ്ടായിരുന്നു.അവിടുത്തെ എന്റെ ഫ്രണ്ട് റിച്ചാർഡിന്റെ വൈഫ് ആണ് നോവ...ഷി ഈസ് ആൻ ഓർഫൻ..റിച്ചാർഡ് അവിടെ വച്ചു തന്നെ ഒരു ആക്സിഡന്റിൽ പെട്ടു മരിച്ചു....പിന്നീട് ഞാൻ നാട്ടിലേക്ക് പോന്നപ്പോൾ അവൾ എന്നോടൊപ്പം വരികയായിരുന്നു. 'ഇൻഫിനിറ്റം' തുടങ്ങിയ ശേഷം അവൾ എന്റെ പേഴ്സണൽ സെക്രട്ടറി ആയി."

"നോവയും താനും തമ്മിൽ എങ്ങനെയായിരുന്നു?"

"വി ആർ ജസ്റ്റ് ഫ്രണ്ട്സ്."

"മ്............."ഡേവിഡ് ഒന്നിരുത്തി മൂളി.

മാനുവേലിന്റെ ചുറ്റും നടന്നു കൊണ്ട് ഡേവിഡ് ചോദ്യങ്ങൾ ചോദിച്ചു.

"ഇൻഫിനിറ്റം നിങ്ങളുടെ സ്വന്തം കമ്പനി ആണോ?"

"അല്ല സാർ...അപ്പച്ചൻ ആയിട്ട് തുടങ്ങി വച്ചതാണ്. ആദ്യത്തെ കമ്പനി പത്തനംതിട്ട ആയിരുന്നു. അവിടെ ലാഭമൊന്നും കാണാത്തതു കൊണ്ടാണ് ഇങ്ങോട്ടേക്ക് ഷിഫ്റ്റ് ചെയ്യാമെന്ന് വിചാരിച്ചത്. പക്ഷേ കമ്പനിയുടെ പണി തുടങ്ങുന്നതിനു മുന്നേ അപ്പച്ചൻ.........."

മാനുവേലിന് പറഞ്ഞ് മുഴുമിപ്പിക്കാൻ കഴിഞ്ഞില്ല.

ഒന്ന് നിർത്തിയ ശേഷം ദീർഘ ശ്വാസം വിട്ടുകൊണ്ട് മാനുവേൽ തുടർന്നു....

"പിന്നീട് കുറേ പേരുടെ സഹായത്തോടെയാണ് ഈ കമ്പനി ഇവിടം വരെ എത്തിയത്. സോ അവരെല്ലാം ഇന്നീ കമ്പനിയുടെ പാർട്ട്നേഴ്സാണ്."

"ഓക്കേ.....നോവ നിങ്ങളുടെ കമ്പനിയിൽ വന്നിട്ട് എത്ര വർഷമായി?"

"ഒരു അഞ്ച് വർഷമായി കാണും."

"ഇവിടെ അവൾക്കാരെങ്കിലും ശത്രുക്കൾ ഉണ്ടോ?....അതല്ലെങ്കിൽ നിങ്ങളുടെ കമ്പനിയുടെ ശത്രുക്കൾ ആരെങ്കിലും..?"

"എന്റെ അറിവിൽ അങ്ങനെയാരും ഇല്ല സർ."

"മ്.."ഡേവിഡ് മാനുവേലിനെ ഒരു സംശയത്തോടെ നോക്കിയ ശേഷം ദീപക്കിന്റെ നേരെ തിരിഞ്ഞു.

"ദീപക് ...ഇയാളുടെ സ്റ്റേറ്റ്മെന്റ് എടുത്ത് വിട്ടയച്ചേക്ക്."

"ഓക്കേ സാർ."...ഡേവിഡിനെ സല്യൂട്ട് ചെയ്തുകൊണ്ട് ദീപക് പറഞ്ഞു.

# 5

**അധ്യായം 5**

തിങ്കളാഴ്ച രാവിലെ ഇൻഫിനിറ്റത്തിൽ എമിയും കൂട്ടരും എത്തിച്ചേർന്നു. അവിടെ മാനുവേൽ അവർക്കു വേണ്ടി കാത്തു നിൽക്കുന്നുണ്ടായിരുന്നു.

"വെൽക്കം ഗയ്സ്....ഞാൻ മാനുവേൽ...ഈ കമ്പനിയുടെ എം ഡി....ഒരു പ്രധാനപ്പെട്ട കാര്യം പറയാനാണ് ഞാൻ നിങ്ങളെ വിളിപ്പിച്ചത്...."

കാര്യം എന്താണെന്നറിയാൻ എമിയും കൂട്ടരും മാനുവേലിന്റെ മുഖത്തേക്ക് നോക്കി. എല്ലാവരെയും ഒന്നു നോക്കിയ ശേഷം മാനുവേൽ പറഞ്ഞു തുടങ്ങി....

"നോവയുടെ പകരം എന്റെ പേഴ്സണൽ സെക്രട്ടറിയായി നിങ്ങളിലൊരാളെ തിരഞ്ഞെടുക്കാമെന്ന് വിചാരിക്കുന്നു. സോ...ഇന്ന് മുതൽ ഞാൻ നിങ്ങൾക്കോരോ ടാസ്ക് തരും. വിത്തിൻ വൺ വീക്ക് നിങ്ങളുടെ പെർഫോമൻസ് നോക്കി ഞാൻ നിങ്ങളിലൊരാളെ സെലക്റ്റ് ചെയ്യും."

എമിയും കൂട്ടരും മുഖത്തോടു മുഖം നോക്കി. മാനുവേലിന്റെ പേഴ്സണൽ സെക്രട്ടറി എന്ന പോസ്റ്റിൽ കയറാൻ എല്ലാവർക്കും ആഗ്രഹമുണ്ടായിരുന്നു.

"ഇലിയ.... ഇവർക്കുള്ള വർക്ക് കൊടുക്കണം...ഒപ്പം ഇവിടുത്തെ കാര്യങ്ങളൊക്കെ ഒന്ന് വിശദമായി പറഞ്ഞു കൊടുത്തേക്ക്."

ഇതും പറഞ്ഞ് മാനുവേൽ പുറത്തേക്ക് പോയി.

ഇലിയ അവർക്ക് ഓഫീസിലെ ചിട്ടവട്ടങ്ങളും ചെയ്യാനുള്ള ജോലിയെ പറ്റിയും വിശദീകരിച്ചു കൊടുത്തു.

എമിക്കും കുട്ടർക്കും ഒരാഴ്ച കാലം വിശ്രമമില്ലാത്ത ദിവസങ്ങളായിരുന്നു.എല്ലാവരും മത്സരബുദ്ധിയോടുകൂടി തന്നെ നന്നേ കഷ്ടപ്പെട്ട് അവരുടെ ടാസ്ക് കംപ്ലീറ്റ് ചെയ്തു.

ഒരാഴ്ച കഴിഞ്ഞ് വീണ്ടുമൊരു തിങ്കളാഴ്ച ആരാണ് മാനുവേലിന്റെ പേഴ്സണൽ സെക്രട്ടറി എന്നറിയുവാനായി എല്ലാവരും ഇൻഫിനിറ്റത്തിന്റെ രണ്ടാം നിലയിൽ കൂടിയിരിക്കുകയായിരുന്നു. മാനുവേലിനെ കാത്തു നിന്ന അവർ ലിഫ്റ്റ് തുറക്കുന്ന ശബ്ദം കേട്ട് ആ ഭാഗത്തേക്ക് നോക്കി. പക്ഷേ അവർ അവിടെ കണ്ട കാഴ്ച മറ്റൊന്നായിരുന്നു.

എസ് ഐ ദീപക്കും രണ്ട് കോൺസ്റ്റബിൾമാരും ലിഫ്റ്റിൽ നിന്നും ഇറങ്ങി. ഓഫീസിലുള്ള എല്ലാവരും എന്തെന്നറിയാതെ അവരെ നോക്കി നിന്നു. ദീപക് അവരുടെ അരികിലേക്ക് നടന്നു കൊണ്ട് പറഞ്ഞു.....

"നോവ കൊല്ലപ്പെട്ട അതേ രീതിയിൽ തന്നെ മറ്റൊരു കൊല കൂടി നടന്നിരിക്കുന്നു." ഇതു കേട്ടതും എല്ലാവരും അത്ഭുതത്തോടെ പരസ്പരം നോക്കി. ദീപക് എല്ലാവരെയും നോക്കിക്കൊണ്ട് തുടർന്നു....

"പാലാരിവട്ടത്തുള്ള ഫ്രെഡ്ഡി എന്ന ഒരാളാണ് കൊല്ലപ്പെട്ടത്. നിങ്ങൾക്കാർക്കെങ്കിലും അയാളെ കുറിച്ച് എന്തെങ്കിലും അറിയുമെങ്കിൽ അത് തുറന്ന് പറയണം." എല്ലാവരും അല്പം പരിഭ്രമത്തോടെ ഓരോരുത്തരെയും മാറി മാറി നോക്കി.

അല്പനേരത്തെ നിശബ്ദത ഇല്ലാതാക്കിക്കൊണ്ട് ഐറിൻ പതിഞ്ഞ സ്വരത്തിൽ പറഞ്ഞു....

"ഫ്രെഡ്ഡി ഇവിടുത്തെ സ്റ്റാഫ് ആണ് സാർ..."

"ഓഹോ....അപ്പോ കൊല്ലപ്പെട്ടത് രണ്ടും ഈ കമ്പനിയിലെ സ്റ്റാഫ്സ് ആണ്. നിങ്ങൾക്കാരെയെങ്കിലും സംശയം ഉണ്ടോ?" ദീപക് ചോദിച്ചു.

അല്പമൊന്നു ആലോചിച്ച ശേഷം ഐറിൻ പറഞ്ഞു...

"അങ്ങനെയൊന്നും ഇല്ല സർ. എന്റെ അറിവിൽ അവർക്ക് ശത്രുക്കളായി ആരും തന്നെ ഇല്ല."

"അതിരിക്കട്ടെ... നോവയുടെ മരണത്തെ കുറിച്ച് ചോദ്യം ചെയ്തപ്പോൾ ഈ ഫ്രെഡ്ഡിയെ കണ്ടില്ലല്ലോ.. ഓഫീസിലെ എല്ലാ സ്റ്റാഫിനോടും അന്ന് വരാൻ പറഞ്ഞിരുന്നതല്ലേ?" ദീപക് അല്പം ദേഷ്യം കലർന്ന ഭാവത്തിലാണ് ചോദ്യം ഉന്നയിച്ചത്.

"അതു പിന്നെ സാർ......ഫ്രെഡ്ഡി ഓഫീസിലെ കാര്യങ്ങളിലൊന്നും ഇടപെടാറില്ല..അവൻ പുറത്തെ കാര്യങ്ങൾ മാത്രമേ നോക്കാറുള്ളു...എന്നുപറഞ്ഞാൽ ഈ സാധനങ്ങൾ എത്തിക്കുന്നതും മറ്റുമാണ് അവന്റെ ജോലി." ഐറിന്റെ വാക്കുകൾ വിശ്വസിച്ച മട്ടിൽ ദീപക് ഒന്ന് മൂളിയ ശേഷം തിരിഞ്ഞു നടന്നു.

അവർ ലിഫ്റ്റിനരികിൽ എത്തിയതും മാനുവേൽ ലിഫ്റ്റിൽ നിന്നും ഇറങ്ങി വന്നു. പോലീസിനെ കണ്ടതും മാനുവേലിന്റെ മുഖം ഒന്ന് മങ്ങി....

"എന്താ സാർ ഇവിടെ?"അയാൾ ബഹുമാനത്തോടെ തന്നെ ചോദിച്ചു.

ദീപക് പോക്കറ്റിൽ നിന്നും ഒരു ഫോട്ടോ എടുത്തു മാനുവേലിനെ കാണിച്ചു..

"ഫ്രെഡ്ഡി ഫിലിപ്പ് നിങ്ങളുടെ കമ്പനിയിലെ സ്റ്റാഫ് ആയിരുന്നല്ലേ?" ദീപക്കിന്റെ നോട്ടം മാനുവേലിന്റെ കണ്ണുകളിലേക്ക് തന്നെയായിരുന്നു.

"അതെ സാർ.." .ഫോട്ടോയിലേക്ക് നോക്കിക്കൊണ്ട് മാനുവേൽ മറുപടി നൽകി.

"നോവയെ പോലെതന്നെ ഫ്രെഡ്ഡിയും കൊല്ലപ്പെട്ടിരിക്കുന്നു. ഒറ്റ നോട്ടത്തിൽ നോവ മരിച്ച അതേ രീതിയിൽ തന്നെ. മിസ്റ്റർ മാനുവേൽ.. നിങ്ങൾക്ക് എന്താണ് ഇതിനെ കുറിച്ച് പറയാനുള്ളത്?? നിങ്ങളുടെ കമ്പനിയിലെ തന്നെ രണ്ടു പേർ...ഏകദേശം ഒരേ രീതിയിൽ, വെറും എട്ടു ദിവസത്തിന്റെ വ്യത്യാസത്തിൽ കൊല്ലപ്പെട്ടിരിക്കുന്നു. എന്തുകൊണ്ട് ഇവിടുത്തെ സ്റ്റാഫ് മാത്രം ഇരയാകുന്നു. ഈ കമ്പനിയോട് ആർക്കാണ് ഇത്ര ശത്രുത??"

ദീപക്കിന്റെ ചോദ്യങ്ങൾ കേട്ട് മാനുവേൽ അല്പം അസ്വസ്ഥനായി.

"എനിക്കറിയില്ല സാർ... ഇവരെല്ലാം ഈ കമ്പനിയിലെ സ്റ്റാഫ്സ് എന്നതിനു പുറമെ എനിക്കിവരുടെ പേഴ്സണൽ കാര്യങ്ങളെ കുറിച്ചൊന്നും അറിയില്ല സാർ.. .അവർക്കൊരുപക്ഷേ പുറത്ത്

ശത്രുക്കൾ ഉണ്ടായിരുന്നിരിക്കാം. ദയവു ചെയ്ത് ഈ പേരും പറഞ്ഞ് എന്റെ കമ്പനിയുടെ പ്രെസ്റ്റീജ് ഇല്ലാതാക്കരുത്."

കമ്പനിയെ കുറിച്ചുള്ള മാനുവേലിന്റെ ആവലാതി ദീപക്കിനു മനസ്സിലായി.

"ഓക്കേ മാനുവേൽ... നിങ്ങളുടെ ഇമോഷൻ എനിക്ക് മനസ്സിലാവും. തൽക്കാലം ഞങ്ങൾ ഇവിടെ വന്ന് ഡിസ്റ്റർബ് ചെയ്യുന്നില്ല. ബട്ട് എൻക്വൈറിക്ക് എപ്പോ വിളിച്ചാലും നിങ്ങൾ സ്റ്റേഷനിലേക്ക് വരണം."

"ഓക്കേ സാർ."

ദീപക് ലിഫ്റ്റിൽ കയറി. ലിഫ്റ്റിന്റെ ഡോർ അടയുന്നതും നോക്കി മാനുവേൽ നിന്നു. പോലീസുകാർ പോയി കഴിഞ്ഞതും മാനുവേൽ എമിയുടെയും കൂട്ടരുടെയും അടുത്തേക്ക് നടന്നുകൊണ്ട് പറഞ്ഞു...

"ഗയ്സ്....ഇപ്പോ നടക്കുന്ന പ്രശ്നങ്ങളൊക്കെ എല്ലാവർക്കും അറിയാലോ. ഇതൊന്നും കണ്ട് നിങ്ങൾ പേടിക്കേണ്ട. വർക്കിൽ കോൺസൻട്രേറ്റ് ചെയ്യണം. എന്റെ പേഴ്സണൽ സെക്രട്ടറി ആരാണെന്നറിയാൻ നിങ്ങൾ കാത്തിരിക്കുകയാണെന്നറിയാം. അതുകൊണ്ട് പെട്ടന്നു തന്നെ ആ പേര് വെളിപ്പെടുത്താം."

എല്ലാവരെയും ഒന്നു നോക്കിയ ശേഷം മാനുവേൽ തുടർന്നു...

"നിങ്ങൾ എല്ലാവരും നല്ല രീതിയിൽ തന്നെ പരിശ്രമിച്ചു. ആദ്യം തന്നെ നിങ്ങൾ എല്ലാവരുടെയും കഴിവിനെ ഞാൻ അഭിനന്ദിക്കുന്നു. കമ്പനിയുടെ ആഡ് ആയിരുന്നു നിങ്ങൾക്ക് തന്ന ടാസ്ക്. എല്ലാവരും പുതിയ പുതിയ ഐഡിയ എല്ലാം ചേർത്ത് വളരെ മനോഹരമായാണ് ചെയ്തിരിക്കുന്നത്..ബട്ട് ഒരാൾ മാത്രം എല്ലാവരിൽ നിന്നും അല്പം വ്യത്യസ്തനായി ഒരു പ്രൊജക്ട് ചെയ്തിരിക്കുന്നു. ഷി ഹാസ് എ യുണീക് ഐഡിയ. സോ ദാറ്റ് ഷീ ഈസ് ദി വിന്നർ. ഇട്സ് എമി കുര്യൻ."

മാനുവേൽ തന്റെ കൈ ഉച്ചത്തിൽ തട്ടിക്കൊണ്ട് പറഞ്ഞു.

എല്ലാവരും ആശ്ചര്യത്തോടെയും സന്തോഷത്തോടെയും എമിയെ നോക്കി കയ്യടിച്ചു. എമിയുടെ മുഖം സന്തോഷത്താൽ തിളങ്ങി.

# 6

**അധ്യായം 6**

എ സി പി ഡേവിഡും, ഡോക്ടർ റോയ് യും ആശുപത്രിയുടെ വരാന്തയിലൂടെ നടക്കുന്നു.

"ഡോക്ടർ ...അപ്പോ താങ്കൾ പറഞ്ഞു വരുന്നത് ഈ രണ്ടു കൊലയും ചെയ്തത് ഒരാൾ തന്നെയാണെന്നാണോ?"

"സീ ഡേവിഡ്....നോവയുടെ കേസിലും ഫ്രെഡ്ഡിയുടെ കേസിലും മരിച്ച രീതി,കൊല ചെയ്യാൻ ഉപയോഗിച്ച ആയുധം എല്ലാം സേം ആണ്. പിന്നെ ഒരു വ്യത്യാസം ഉള്ളതെന്താണെന്നു വച്ചാൽ കൊല ചെയ്യാൻ ഉപയോഗിച്ച ആയുധത്തിന്റെ ഷേപ്പ് ആണ്. ബാർബിച്ചുറേറ്റിന്റെ പ്രസൻസ്,അതുപൊലെ കെട്ടിയ പാടുകൾ,കയ്യിലെ മുറിവുകൾ,അതിന് മേലെ മുളകു പൊടി എല്ലാം കണ്ടെത്താൻ സാധിച്ചിട്ടുണ്ട്. പിന്നെ കയ്യിലെ മുറിവുകൾ ആറെണ്ണമേ ഉള്ളു. ഇരു കയ്യിലും മൂന്നെണ്ണം വീതം."

"സോ ഇവിടെ ഒരു സീരിയൽ കില്ലിങ്ങിന്റെ സാധ്യത തള്ളിക്കളയാൻ പറ്റില്ല."

"മ്........എനിവേ ഓൾ ദി ബെസ്റ്റ് ഡേവിഡ്."

"താങ്ക്സ് ഡോക്ടർ.എന്തെങ്കിലും ഡൗട്ട്സ് ഉണ്ടെങ്കിൽ ഞാൻ വിളിക്കാം."

"ഷുവർ." ഡോക്ടറോട് യാത്ര പറഞ്ഞ് ഡേവിഡ് പുറത്തിറങ്ങിയതും മീഡിയ അയാളെ വളഞ്ഞു.

"സമാനമായ രണ്ട് കൊലപാതകങ്ങൾ.പോലീസ് ഇതുവരെ പ്രതിയെ കണ്ടെത്താത്ത് എന്തുകൊണ്ട്?"

"ഇനിയും കൊല നടക്കുവാനുള്ള സാധ്യത ഉണ്ടോ?"

"പോലീസ് എന്താണ് സാർ മീഡിയയിൽ നിന്നും മറക്കുന്നത്?"

അവർ പലതരം ചോദ്യങ്ങൾ ഉന്നയിച്ചു. ഇനിയും ഒഴിഞ്ഞു മാറാൻ പറ്റില്ലെന്നു മനസ്സിലാക്കിയ ഡേവിഡ് എല്ലാവർക്കുമായി മറുപടി നൽകി.

"ഞങ്ങൾ മാക്സിമം ട്രൈ ചെയ്യുന്നുണ്ട്. സ്പോട്ടിൽ നിന്നും ഒരു തെളിവു പൊലും കണ്ടെത്താൻ കഴിഞ്ഞിട്ടില്ല. ഹി ഈസ് എ ബ്രില്യന്റ് ക്രിമിനൽ. ബട്ട് പോലീസ് തീർച്ചയായും പ്രതിയെ പിടിച്ചിരിക്കും. ദാറ്റ്സ് ഓൾ."

മറ്റു ചോദ്യങ്ങൾക്കൊന്നും മറുപടി നൽകാതെ ഡേവിഡ് തന്റെ വണ്ടിയിൽ കയറി.

ഡി ജി പി മോഹൻദാസിന്റെ ഓഫീസിൽ അദ്ദേഹത്തിന്റെ നേരെ ഇട്ടിരിക്കുന്ന കസേരയിൽ ഡേവിഡ് ഇരിക്കുന്നു.തൊട്ടടുത്ത് എസ് ഐ ദീപക്കും നിൽക്കുന്നുണ്ട്.

ഡേവിഡ് കയ്യിലുണ്ടായിരുന്ന ഫൈൽ ഡി ജി പി ക്ക് നേരെ നീട്ടിക്കൊണ്ട് പറഞ്ഞു.....

"സാർ....നോവയുടേതും ഫ്രെഡ്ഡിയുടേതും വളരെ പ്ലാൻ ചെയ്തു നടത്തിയ കൊലപാതകങ്ങൾ ആണ്. രണ്ടിനും സമാനതകളുണ്ട്. എന്നാൽ നോവയുടെ മരണത്തിന് ഉപയോഗിച്ചത് 'എൻ' ഷേപ്പിലുള്ള ഒരു ആയുധമായിരുന്നു. ഫ്രെഡിയുടേതാണെങ്കിൽ 'എഫ്'. സോ അതവരുടെ പേരുകളെ സൂചിപ്പിക്കുന്നതാണെന്ന് വിചാരിക്കാം. പിന്നെ കയ്യിലെ ബ്ലേഡ് കൊണ്ട് വരച്ച അടയാളങ്ങൾ. അതാണ് സാർ അല്പം പരിഭ്രമം ഉണ്ടാക്കുന്നത്. നോവയുടെ കയ്യിൽ ഏഴു മുറിവുകൾ. ഫ്രെഡിയുടേതിൽ ആറ്. അത് കണ്ടിട്ട് അബദ്ധത്തിൽ ഒരു മുറിവുണ്ടാക്കാൻ മറന്നതാണെന്ന് തോന്നുന്നില്ല സാർ. ഐ തിങ്ക് ,വീ ഹാവ് എ മോസ്റ്റ് ബ്രില്യന്റ് സീരിയൽ കില്ലർ."

"ഡേവിഡ്...വാട്ട് യൂ മീൻ? ഇനിയും കൊലകൾ നടക്കാൻ സാധ്യതയുണ്ടെന്നാണോ താൻ പറഞ്ഞു വരുന്നത്?"ഡി ജി പി മോഹന്ദാസ് അല്പം പരിഭ്രമത്തോടെ ചോദിച്ചു.

"എക്സാറ്റലീ. സർ നമ്മൾ അന്വേഷിക്കുന്ന ആൾ അത്ര നിസ്സാരക്കാരനല്ല. ഒരു തെളിവു പൊലും അവശേഷിപ്പിക്കാതെ വളരെ പ്ലാൻഡ് ആയിട്ടാണ് രണ്ടു കൊലയും നടത്തിയിരിക്കുന്നത്. ഹി ഈസ് ഏക്സ്ട്രീമ്ലി ഡേൻജറസ്."

ഡേവിഡിന്റെ വാക്കുകളിൽ അല്പം ഭീതി ഉളവായിരുന്നു.

"സോ... വാട്ട് ഈസ് നെക്സ്റ്റ്?"

"സാർ..ഈ രണ്ട് ബോഡിയും കിട്ടിയിരിക്കുന്നത് ആളുകൾ കൂടുന്ന സ്ഥലങ്ങളിൽ നിന്നാണ്. നോവയുടെ ബോഡി കിട്ടിയ ക്ലബ്ബും ഫ്രെഡ്ഡിയുടെ ബോഡി കിട്ടിയ സ്റ്റേഡിയവും ജനസാന്ദ്രത കൂടിയ പ്രദേശങ്ങളാണ്. സോ...അവൻ പബ്ലിക്കിൽ ഒരാളായി തന്നെ നിന്നുകൊണ്ടാണ് ഈ കൊലകളെല്ലാം നടത്തുന്നത്. അവനെ കണ്ടു പിടിക്കണമെങ്കിൽ നമ്മൾ ആളുകൾ കൂടുന്ന അത്തരം പ്രദേശങ്ങൾ വേണം നിരീക്ഷിക്കാൻ. ടൗണിലും മറ്റും പെട്രോളിംഗ് ശക്തമാക്കണം. പിന്നെ സർ കൊല നടന്ന സ്ഥലത്തെ സി സി ടി വി പോലും വർക്കിങ്ങല്ല. സോ അതും കൂടി ഒന്ന് റെഡി ആക്കണം."

"ഓക്കേ ദെൻ ഗോ അഹഡ്."

"താങ്ക്യൂ സർ... ആന്റ് വൺ മോർ തിങ്.... നോവയുടെ കയ്യിൽ ഏഴു മുറിവുകൾ...ഫ്രെഡ്ഡിയുടേതിൽ ആറ്...സോ മേ ബി അവൻ ഇനിയും ആറു പേരെ കൂടി കൊല്ലാൻ പ്ലാൻ ചെയ്തിട്ടുണ്ടായിരിക്കണം."

"ഡേവിഡ് ...വി ഹാവ് നോ ടൈം. പ്രതിയെ എത്രയും പെട്ടെന്ന് കണ്ടെത്തണം. മീഡിയയും ജനങ്ങളും ആകെ ഇളകിയിരിക്കുകയാ. മിനിസ്റ്റർ അടക്കം എല്ലാവരുടെയും നല്ല പ്രെഷർ ഉണ്ട്. എന്തു ചെയ്തിട്ടാണെങ്കിലും ഇനി ഒരു കൊല കൂടി നടക്കാൻ അനുവദിക്കരുത്."

"ഷുവർ സാർ. ഐ വിൽ ട്രൈ മൈ ബെസ്റ്റ്." ഡി ജി പി മോഹൻദാസിനെ സല്യൂട്ട് ചെയ്ത ശേഷം ഡേവിഡും ദീപക്കും ഓഫീസിൽ നിന്നും പുറത്തു കടന്നു.

പോലീസ് പ്രതിയെ തേടി നാടു നീളെ പരതി നടന്നു.അന്ന് രാത്രി അവരുടെ ഉറക്കമില്ലാത്ത രാത്രികളുടെ തുടക്കമായിരുന്നു.

# 7

**അധ്യായം 7**

എല്ലാ വരുടെയും ഉള്ളിൽ ഒരു ഭീതി നിലനിൽക്കുന്നുണ്ടായിരുന്നു എങ്കിലും ഓഫീസിൽ പുതിയ സ്റ്റാഫുകൾ കൂടി ചേർന്ന് വർക്ക് അതിഗംഭീരമായി നടന്നു പോന്നു. എമി പേഴ്സണൽ സെക്രട്ടറി ആയതിൽ മാനുവേൽ ഒരുപാട് സന്തോഷിച്ചു. കാരണം രണ്ടു ദിവസം കൊണ്ട് അവൾ ആ കമ്പനിയുടെ തലവര മാറ്റി മറിച്ചു. കമ്പനി നല്ല ലാഭത്തിൽ നടത്തുവാനുള്ള എമിയുടെ യുണീക് ഐഡിയാസ് മാനുവേലിനും മറ്റു സ്റ്റാഫുകൾക്കും അവളോടുള്ള പ്രീതിക്ക് കാരണമായി.

ബുധനാഴ്ച രാത്രി ഏകദേശം 10 മണി ആയപ്പോൾ ഓഫീസിനടുത്ത ബസ് സ്റ്റോപ്പിൽ എമി ബസ് കാത്തു നിൽക്കുകയായിരുന്നു. അപ്പോഴാണ് രണ്ടു മൂന്നു ചെറുപ്പക്കാർ ബൈക്കിൽ ആ വഴി വന്നത്. അവർ എമിയെ കണ്ടതും ബൈക്ക് തിരിച്ചു. രാത്രി ഒരു പെൺകുട്ടി തനിച്ചു നിൽക്കുന്നതു കണ്ടാൽ പിന്നെ പറയണ്ടല്ലോ. കഞ്ചാവടിച്ച തരത്തിലുള്ള പെരുമാറ്റവും അസ്ലീല വാക്കുകൾ ചേർത്തുള്ള സംസാരവും എമിക്ക് കേട്ടു നിൽക്കാനായില്ല. എമി അതിൽ ഒരുത്തന്റെ നേരെ കൈ നീട്ടി അടിച്ചു..ഇത് കണ്ടതും എല്ലാവരും ബൈക്ക് നിർത്തി ഇറങ്ങി. അവർ എമിയെ അടിമുടി നോക്കിക്കൊണ്ട് അവളുടെ അടുത്തേക്ക് നടന്നു. അപ്പോഴാണ് ഒരു നീല ബെൻസ് ബസ് സ്റ്റോപ്പിനു മുന്നിൽ വന്നു നിന്നത്. പെട്ടെന്ന് എല്ലാവരുടെയും ശ്രദ്ധ ആ കാറിലേക്കായി. അതിന്റെ ഡോർ തുറന്ന്

മാനുവേൽ പുറത്തേക്കിറങ്ങി.

"സാർ"എമി പതിഞ്ഞ സ്വരത്തിൽ പറഞ്ഞു.

"ആരാ ഇവരൊക്കെ? എന്താ പ്രശ്നം?"മാനുവേൽ ഗൗരവത്തിൽ ചോദിച്ചു.

"സാർ...ഞാൻ ബസ് കാത്തു നിൽക്കുകയായിരുന്നു.അപ്പോഴാ ഇവര്......"

മാനുവേൽ ആ ചെറുപ്പക്കാരെ ഒന്ന് നോക്കി.

"എന്താടാ?"

ചെറുപ്പക്കാർ പരസ്പരം നോക്കിയ ശേഷം പന്തിയല്ലെന്ന് തോന്നിയിട്ടെന്നോണം ബൈക്ക് എടുത്ത് അവിടെ നിന്ന് പോയി. മാനുവേൽ എമിയെ വിളിച്ചു വണ്ടിയിൽ കയറ്റി. സമയം വൈകിയതിനാലും ബസ് വരാത്തതുകൊണ്ടും അവൾ മറുത്തൊന്നും പറയാതെ വണ്ടിയിൽ കയറി. ഡ്രൈവ് ചെയ്യുന്നതിനിടയിൽ മാനുവേൽ എമിയെ നോക്കി. എമി വിൻഡോയിലൂടെ പുറത്തേക്ക് നോക്കിയിരിക്കുകയായിരുന്നു. മാനുവേൽ അല്പം സ്വരം താഴ്ത്തി ചോദിച്ചു...

"താൻ എന്താ ഇത്രയും ലേറ്റ് ആയത്?"

എമി മാനുവേലിനെ നോക്കിക്കൊണ്ട് പറഞ്ഞു....

"ഓഫീസിൽ നിന്ന് ഇറങ്ങാൻ അല്പം ലേറ്റ് ആയി. അതുകഴിഞ്ഞ് ഒരു ഓൾഡ് ഫ്രണ്ടിനെ കണ്ടു. അവളുടെ കൂടെ കുറച്ചു ഷോപ്പിങ്ങെല്ലാം കഴിഞ്ഞപ്പോഴേക്കും സമയമായി. താര നേരത്തെ പോകുകയും ചെയ്തു. പിന്നെ ബസ് കിട്ടുമെന്ന് കരുതി ഇവിടെ വന്നു നിന്നതാ."

"ആ... കൊള്ളാം...ഇനി ഇതുപോലെ ലേറ്റ് ആയാൽ തനിച്ചിങ്ങനെ നിൽക്കണ്ട.എന്നെ വിളിച്ചാൽ മതി. ഞാൻ വണ്ടി അറെയ്ഞ്ച് ചെയ്തു തരാം."

"താങ്ക്യൂ സർ."എമി ചെറുതായൊന്ന് പുഞ്ചിരിച്ചു.

വഴിയിൽ വച്ച് പോലീസുകാർ അവരുടെ കാറിനു മുന്നിൽ കൈ കാണിച്ചു. മാനുവേൽ വണ്ടി നിർത്തി. വിൻഡോ മെല്ലെ താഴ്ത്തി പുറത്തേക്ക് തലയിട്ട് അവിടെ നിന്ന ഒരു പോലീസുകാരനോട് തിരക്കി...

"എന്താ സാറേ പ്രശ്നം?"ആ കോൺസ്റ്റബിൾ മാനുവേലിനെ നോക്കി.

"ഹാ....ഇതാര് മാനുവേലോ! താൻ ഈ ലോകത്തൊന്നും അല്ലേ? തന്റെ കമ്പനിയിലെ രണ്ടു പേരുടെ മരണം കാരണം ഞങ്ങളെ പോലുള്ള പോലീസുകാരുടെ ഉറക്കം പോയില്ലേ...ചെക്ക് ചെയ്യാതെ ഒരു വണ്ടി പോലും വിടരുതെന്നാ എ സി പി സാറിന്റെ ഓർഡർ." കോൺസ്റ്റബിൾ രാഘവൻ പരിഭവം പറഞ്ഞു.

മാനുവേലിൻ്റെ കാർ ചെക്കിംഗ് കഴിഞ്ഞു മുന്നോട്ടു നീങ്ങിയതും പോലീസ് ജീപ്പിലെ വൈർലെസ്സ് ശബ്ദിച്ചതും ഒരുമിച്ചായിരുന്നു.

‘ സെൻ്റ് സെബാസ്റ്റ്യൻ ചർച്ചിൻ്റെ കോമ്പൗണ്ടിൽ ഒരു ബോഡി കണ്ടെത്തിയിട്ടുണ്ട്.... ഓവർ!’

ഉടനെ തന്നെ കോൺസ്റ്റബിൾ രാഘവൻ ജീപ്പിൻ്റെ അരികിലെത്തി വൈർലെസ്സ് കയ്യിലെടുത്ത് ഒന്നുകൂടി ശ്രദ്ധിച്ചു കേട്ടു.....

" സെൻ്റ് സെബാസ്റ്റ്യൻ ചർച്ചിൻ്റെ കോമ്പൗണ്ടിൽ ഒരു ബോഡി കണ്ടെത്തിയിരിക്കുന്നു..... ഓവർ !"

എ സി പി ഡേവിഡ് പള്ളിമുറ്റത്ത് കാലെടുത്തു വച്ചതും ആകാശം പിളർന്ന് ഒരു ഇടിമിന്നൽ താഴേക്കു പതിച്ചതും ഒന്നിച്ചായിരുന്നു. ഡേവിഡിൻ്റെ യൂണിഫോർമിൻ്റെ കയ്യിൽ മഴയുടെ ആദ്യത്തെ തുള്ളി വന്നു പതിച്ചു. ഡേവിഡ് മുന്നോട്ട് നടക്കുന്തോറും മഴയുടെ ശക്തി കൂടി കൂടി വന്നു. ഡേവിഡിൻ്റെ പിന്നാലെ വന്ന എസ് ഐ ദീപക് വണ്ടിയിൽ നിന്നും ഒരു കുടയെടുത്ത്, അത് നിവർത്തിക്കൊണ്ട് ഡേവിഡിൻ്റെ അടുത്തേക്ക് ഓടി വന്ന് അദ്ദേഹത്തെ ചൂടിപ്പിച്ചു. ഇരുവരും ബോഡിക്കു സമീപം എത്തി. കമിഴ്ന്നു കിടന്നിരുന്ന ബോഡി ഡേവിഡ് തിരിച്ചു കിടത്തി. ആ മുഖം കണ്ടതും ഡേവിഡ് ഒന്നു ഞെട്ടി. ഉടനെ തന്നെ പോക്കറ്റിൽ നിന്നും ഫോൺ എടുത്ത് ആരെയോ ഡയൽ ചെയ്തു. കുറച്ചു നേരം ചെവിയിൽ വച്ച ശേഷം മറുപുറത്തു നിന്ന് മറുപടിയൊന്നും ഇല്ലാതെയെന്നോണം അയാൾ അല്പം നിരാശയോടെ ഫോൺ താഴേക്ക് കൊണ്ടു വന്നു.

"എന്തു പറ്റി സാർ?"ദീപക് ചോദിച്ചു.

"എടോ.... തനിക്കിവരെ മനസ്സിലായില്ലേ? ഇൻഫിനിറ്റത്തിലെ സ്റ്റാഫ് ആണ് ഇവർ.." ഡേവിഡ് ബോഡി ചൂണ്ടി കാണിച്ചു കൊണ്ട് പറഞ്ഞു.

"ഓ..... യെസ്... ഞാനോർക്കുന്നു. എന്നാലും സാർ..... നമ്മൾ ഇത്രയൊക്കെ ശ്രമിച്ചിട്ടും ഈ മരണം ഒഴിവാക്കാൻ സാധിച്ചില്ലല്ലോ..."

"മ്...... എന്തായാലും ഒരു കാര്യം ഉറപ്പിക്കാം..... ഇൻഫിനിറ്റത്തിനോട് ശത്രുതയുള്ള ആരോ ഒരാളാണ് ഇതൊക്കെ ചെയ്യുന്നത്. കാരണം കൊല്ലപ്പെട്ടവർ മൂന്നു പേരും അവിടുത്തെ സ്റ്റാഫുകളാണ്. പക്ഷേ ഇത്രയും പോലീസുകാരുടെ കണ്ണുവെട്ടിച്ച് അവൻ എങ്ങനെയാണ് ഈ ബോഡി ഇവിടെ ഡിസ്പോസ് ചെയ്തത്?"

ഡേവിഡ് ചുറ്റുപാടും വീക്ഷിച്ചു.ബോഡി കിടന്നതിൻ്റെ അടുത്തായി ഒരു മതിൽ ഡേവിഡിൻ്റെ ശ്രദ്ധയിൽ പെട്ടു.

" ഈ മതിലിൻ്റെ അപ്പുറത്ത് എന്താ?" ഡേവിഡ് മതിലിലേക്ക് നോക്കി ചോദിച്ചു.

കൂട്ടത്തിൽ ഉണ്ടായിരുന്ന ഒരു കോൺസ്റ്റബിൾ ആണ് അതിനു മറുപടി നൽകിയത്...

"സാർ..... ഇതിൻ്റെ അപ്പുറത്ത് പള്ളി സെമിത്തേരിയാണ്. മുഴുവൻ കാടു പിടിച്ചു കിടക്കുകയാ."

" സെമിത്തേരിയിലേക്ക് വേറെ വഴിയാണോ?"തിരിച്ചു വണ്ടിയിലേക്ക് നടക്കുന്നതിനിടയിൽ ഡേവിഡ് ചോദിച്ചു.

"സാർ..... അത് ഈ പള്ളിയുടെ സെമിത്തേരി അല്ല. കുറച്ചങ്ങു മാറി പൊട്ടി പൊളിഞ്ഞൊരു പഴയ പള്ളിയുണ്ട്. അതിൻ്റെ സെമിത്തേരിയാ. കുറേയായി അവിടേക്കാരും പോകാറില്ല."

കോൺസ്റ്റബിൾ സത്യൻ തനിക്കറിയാവുന്ന വിവരങ്ങൾ പങ്കുവെച്ചു.

ഡേവിഡ് വണ്ടിക്കരികിൽ എത്തിയപ്പോഴാണ് പള്ളി വികാരി ഫാദർ സക്കറിയ കുരിശിങ്കൽ പള്ളി വരാന്തയിൽ നിൽക്കുന്നത് കണ്ടത്.

"ദീപക് ,ഇവിടെ ഉണ്ടായിരുന്നവരുടെ എല്ലാം ഡീറ്റെയിൽസ് എടുക്കണം. പിന്നെ അടുത്തുള്ള സി സി റ്റി വി ഫൂട്ടേജ് കൂടി ചെക്ക് ചെയ്യാനുള്ള ഏർപ്പാട് ചെയ്യണം."

ദീപക്കിനെ എല്ലാം ഏൽപ്പിച്ച ശേഷം ഡേവിഡ് ഫാദറിൻ്റെ അടുത്തെത്തി.

"ഈശോ മശിഹായ്ക്ക് സ്തുതിയായിരിക്കട്ടെ ഫാദർ'"

"ഇപ്പോഴും എപ്പോഴും സ്തുതിയായിരിക്കട്ടെ."

"ഫാദർ.... ഇന്ന് ബുധനാഴ്ചയല്ലേ? ഇന്നെന്താണ് പള്ളിയിൽ ഇത്ര ആൾക്കൂട്ടം? അതും രാത്രി!"

"ഇന്ന് വിശുദ്ധൻ്റെ നോവേനയും സന്ധ്യ പ്രാർഥനയും ഉണ്ടായിരുന്നു. പ്രാർഥന കഴിഞ്ഞ് പുറത്തിറങ്ങിയപ്പോഴാണ് സംഭവം കാണുന്നത്."

" പ്രാർഥന തുടങ്ങുന്നതിനു മുന്നേ അസ്വഭാവികമായി എന്തെങ്കിലും കണ്ടിരുന്നോ?"

" ഇല്ല സാർ....."

"ഓക്കെ.പിന്നെ ഇവിടെ അടുത്തെവിടെയാ സി സി ടി വി ഉള്ളത്?"

"ഇതൊരു കുന്നിൻ പുറം അല്ലേ സാറേ. ഇവിടെ സി സി ടി വി ഒന്നുമില്ല. ഇതിനു ചുറ്റും കാടാ... ടൗണിലെത്തിയാലേ ഒരു കടയെങ്കിലും കാണു."

"മ്..... ഓക്കെ ഫാദർ.... ചിലപ്പോ എൻക്വയറിക്ക് എന്തെങ്കിലും ആവശ്യം വന്നാൽ സ്റ്റേഷനിലേക്ക് ഒന്ന് വരേണ്ടി വരും."

" അതിനെന്താ.... വിളിച്ചാ മതി."

ഫാദറിനു കൈ കാണിച്ചു കൊണ്ട് ഡേവിഡ് വണ്ടിയിൽ കയറി.

മാനുവേലിൻ്റെ കാർ എമിയുടെ ഫ്ലാറ്റിനു മുന്നിലെത്തി നിന്നു. എമി മാനുവേലിനെ ഒന്ന് നോക്കിയിട്ട് ഡോർ തുറന്ന് പുറത്തിറങ്ങി. മഴ തോർന്ന അന്തരീക്ഷം.ആ തണുപ്പിൽ അവൾ അല്പം വിറക്കുന്നുണ്ടായിരുന്നു. അവൾ തൻ്റെ ബാഗ് നെഞ്ചോട് ചേർത്ത് മാനുവേലിൻ്റെ വിൻഡോയുടെ അരികിലേക്ക് നടന്നു. മാനുവേൽ ഗ്ലാസ്സ് മെല്ലെ താഴ്ത്തി.

"താങ്ക്യൂ സർ."

അതിനു മറുപടിയായ് മാനുവേൽ ഒരു പുഞ്ചിരി മാത്രം സമ്മാനിച്ചു.

എമി ഫ്ലാറ്റിലേക്ക് കയറി എന്നുറപ്പ് വരുത്തിയ ശേഷം മാനുവേൽ കാർ എടുത്തു പോയി. എമി തൻ്റെ റൂമിൻ്റെ ജനലഴികൾക്കിടയിലൂടെ മാനുവേലിൻ്റ കാർ പോകുന്നത് നോക്കി നിന്നു.

# 8

അധ്യായം 8

മാനുവേൽ തൻ്റെ വീട്ടിലെത്തി ഫോൺ എടുത്തപ്പോഴാണ് ഡേവിഡിൻ്റെ കോൾ കണ്ടത്. ഉടനെ തന്നെ മാനുവേൽ ആ നമ്പറിലേക്ക് തിരിച്ചു വിളിച്ചു.

ഡേവിഡ് വണ്ടി സ്റ്റാർട്ട് ചെയ്യാൻ ഒരുങ്ങുമ്പോഴാണ് കോൾ വരുന്നത്. വണ്ടി സ്റ്റാർട്ട് ആക്കാതെ ഡേവിഡ് കോൾ അറ്റൻ്റ് ചെയ്തു.

"ഹലോ മാനുവേൽ.... ഞാൻ എ സി പി ഡേവിഡാണ് സംസാരിക്കുന്നത്. ഒരു പ്രധാനപ്പെട്ട കാര്യം തന്നോട് പറയാനാണ് വിളിച്ചത്."

" പറയൂ സാർ"

"നിങ്ങളുടെ കമ്പനിയിലെ ഒരാൾ കൂടി കൊല്ലപ്പെട്ടിരിക്കുന്നു."

"വാട്ട്! ആരാണ് സർ?"

"ഐറിൻ ടൈറ്റസ്"

ആ പേര് കേട്ടതും മാനുവേൽ ഒരല്പം പരിഭ്രാന്തനായി.

" സർ എവിടെയാ? എനിക്ക് സാറിനോടൊന്ന് സംസാരിക്കണം."

" ഷുവർ !നാളെ രാവിലെ നമുക്ക് മീറ്റ് ചെയ്യാം.ഇപ്പോ ഞാനൊരല്പം ബിസി ആണ്."

"ഐറിൻ എൻ്റെ സിസ്റ്റർ ആണ് സർ."

"വാട്ട്?"

" അതേ സർ..... കമ്പനിയിലെ സ്റ്റാഫുകൾക്ക് ഡിസക്രിമിനേഷൻ തോന്നാതിരിക്കാൻ വേണ്ടിയാണ് ഞങ്ങൾ പേഴ്സണൽ ഡീറ്റേയിൽസ് എല്ലാം ഹൈഡ് ചെയ്തത്."

"ഓ... ഗോഡ്! നിങ്ങൾക്കാരാടോ ഇത്രയും വലിയ പണി തരാനൊരു ശത്രു ?"

" അറിയില്ല സർ.ബട്ട് എന്തിനാ അവനെൻ്റെ ചേച്ചിയേ....."

മാനുവേലിന് വാക്കുകൾ മുഴുമിപ്പിക്കാൻ കഴിഞ്ഞില്ല. അയാളുടെ കണ്ണുകൾ ഈറനണിഞ്ഞു തുടങ്ങിയിരുന്നു.

"താൻ വിഷമിക്കാതെ! ഇത് ചെയ്തവൻ ആരാണെങ്കിലും വെറുതെ വിടില്ല. എന്തായാലും താൻ നാളെ രാവിലെ സെൻ്റ് തോമസ് ഹോസ്പിറ്റൽ വരെ ഒന്നു വരണം."

"മ്.... ഓക്കേ സാർ."

" ആ .... പിന്നെ തൻ്റെ ഓഫീസിൽ ഉള്ളവരോടൊക്കെ ഒന്ന് കെയർഫുൾ ആയിരിക്കാൻ പറയണം."

"ഓക്കേ സർ"ഡേവിഡ് ഫോൺ കട്ട് ചെയ്തു. ഭയം മാനുവേലിൻ്റെ മുഖത്ത് നിഴലിച്ചു. അന്ന് രാത്രി അയാൾക്ക് ഉറങ്ങാൻ കഴിഞ്ഞില്ല.

സെൻ്റ് തോമസ് ആശുപത്രിയുടെ വരാന്തയിൽ ഇൻഫിനത്തിലെ സ്റ്റാഫുകൾ എല്ലാവരും തന്നെ ഉണ്ടായിരുന്നു. എല്ലാവരുടെയും മുഖത്ത് ഭയം എന്ന വികാരം തളം കെട്ടി നിന്നിരുന്നു.

"ദിസ് കേസ് ഈസ് ആൽസോ സിമിലർ ടു ദി ലാസ്റ്റ് ടൂ. ആകെയുള്ള ഡിഫറൻസ് കയ്യിലെ പാടുകൾ അഞ്ച് ആയി എന്നതും ആയുധത്തിൻ്റെ ഷേപ്പ് ഐ ആയി എന്നതുമാണ്."

ഡോക്ടർ റോയ് ബോഡിയിലെ അടയാളങ്ങൾ കാണിച്ചു കൊണ്ട് ഡേവിഡിന് വിശദീകരിച്ചു കൊടുത്തു.

" അപ്പോ അവൻ ഇനിയും കളി തുടരാൻ തന്നെ ഒരുങ്ങിയിരിക്കുകയാണ്......എനിവേ .. താങ്ക്യൂ ഡോക്ടർ."

റോയ്ക്ക് ഷേക് ഹാൻ്റ് കൊടുത്തു കൊണ്ട് ഡേവിഡ് പറഞ്ഞു.

മോർച്ചറിയിൽ നിന്നും പുറത്തിറങ്ങിയ ഡേവിഡ് മാനുവേൽ അടക്കമുള്ള ഇൻഫിനത്തിലെ സ്റ്റാഫുകളോട് പറഞ്ഞു....

" വളരെ പ്ലാൻഡ് ആയ മൂന്നു മർഡർ.എല്ലാം നിങ്ങളുടെ കമ്പനിയിലെ സ്റ്റാഫുകൾ തന്നെ. പോലീസിനിതുവരെ പ്രതിയെ കണ്ടെത്താനായിട്ടില്ല. ഹി ഈസ് സോ കണ്ണിംഗ്. ഞങ്ങൾ മാക്സിമം ട്രൈ ചെയ്യുന്നുണ്ട്.... എന്നിരുന്നാലും നിങ്ങളെല്ലാവരും സൂക്ഷിക്കണം. ആവശ്യമെങ്കിൽ എല്ലാവർക്കും പോലീസ്

പ്രൊട്ടെക്ഷൻ ഏർപ്പെടുത്താം."

"ഇറ്റ്സ് ഓക്കേ സർ.... അതൊക്കെ നിങ്ങൾക്കൊരുപാട് ബുദ്ധിമുട്ടുണ്ടാക്കും." മാനുവേലാണ് പറഞ്ഞത്.

"മ്...... നിങ്ങളുടെ ഇഷ്ടം പോലെ. എനിവെ... ഒറ്റക്കാരും പുറത്തു പോകാതിരിക്കാൻ ശ്രദ്ധിക്കുക. പ്രത്യേകിച്ച് രാത്രി. എന്താവശ്യം ഉണ്ടെങ്കിലും എന്നെ വിളിക്കാൻ മടിക്കരുത്. എൻ്റെ നമ്പർ എല്ലാവരും സേവ് ചെയ്തോളൂ. കൂടാതെ നിങ്ങളെല്ലാവരുടെയും കമ്പ്ലീറ്റ് ഡീറ്റെയിൽസ്...ഐ മീൻ അഡ്രെസ്സും ഫോൺ നമ്പറും അടങ്ങുന്ന ഒരു ബയോഡാറ്റ ഇവിടെ ഏൽപ്പിക്കണം."

അവർക്ക് വേണ്ട നിർദ്ദേശങ്ങൾ നൽകിയ ശേഷം കോൺസ്റ്റബിളിനു നേരെ തിരിഞ്ഞു.

" സത്യൻ.... ഇവരുടെയെല്ലാം ഡീറ്റെയിൽസ് കളക്റ്റ് ചെയ്ത ശേഷമേ പറഞ്ഞയക്കാവൂ."

" യെസ് സർ!"

സത്യൻ സല്യൂട്ട് ചെയ്തു കൊണ്ട് പറഞ്ഞു.

സ്റ്റേഷനിലെത്തിയ ഡേവിഡ് അല്പം അസ്വസ്തനായിരുന്നു. എസ് ഐ ദീപക് ഐറിൻ്റെ കേസ് ഫൈലുമായി ഡേവിഡിൻ്റെ മുറിയിലേക്ക് കടന്നു വന്നു. ഡേവിഡിനെ സല്യൂട്ട് ചെയ്ത ശേഷം ദീപക്ക് ആ ഫൈൽ മേശമേൽ വച്ചു. ഡേവിഡ് മെല്ലെ ഫൈൽ എടുത്തു നോക്കി. അയാളുടെ മനസ്സിൽ ഒരുപാട് ചോദ്യങ്ങൾ ഉണ്ടായിരുന്നു. ഫൈലിൻ്റെ രണ്ടാമത്തെ പേജിൽ ഐറിൻ്റെ മരിച്ചു കിടക്കുന്ന ഫോട്ടോ കണ്ടു. ഡേവിഡ് ആ ഫോട്ടോ കയ്യിലെടുത്തു.

"സേം മെത്തേഡ്. ലെറ്റർ 'ഐ'! അവൻ ഈ ലെറ്റേഴ്സ് യൂസ് ചെയ്യുന്നതെന്തിനായിരിക്കും? ഡസ് ഹി ട്രൈയിം ടു സേ സംത്തിംഗ്?"

ഫോട്ടോയിൽ നിന്നും കണ്ണെടുക്കാതെ തന്നെ ഡേവിഡ് പറഞ്ഞു.

"സർ, ഇതെന്തായാലും ഇൻഫിനിറ്റവുമായി ബന്ധപ്പെട്ട ആരെങ്കിലും ആയിരിക്കില്ലേ ചെയ്യുന്നത്."

ദീപക് കൊലയാളിയിലേക്കുള്ള ചെറിയൊരു ലീഡ് എന്നപോലെ ഡേവിഡിന്

ആശ്വാസം കിട്ടട്ടെയെന്ന് കരുതി പറഞ്ഞ്ഞു.

"സസ്പെക്ട് ലിസ്റ്റിൽ നമ്മൾ എല്ലാവരെയും ചേർത്തതല്ലേ. എന്നിട്ടെന്തായി? ഒരു ക്ലൂ എങ്കിലും കണ്ടെത്താനായോ? ചിലപ്പോൾ നമ്മളാരും പ്രതീക്ഷിക്കാത്ത ഒരു ശത്രു, ഒരുപക്ഷേ അവർ പോലും എക്സ്പെക്ട് ചെയ്യാത്ത ഒരു ശത്രു അവർക്കുണ്ടാവാം."

ഡേവിഡ് സ്റ്റേഷനകത്തു കൂടി ഉലാത്തവേ ദീപകിനോടായി പറഞ്ഞു.

അയാൾ ആ മുറിയിലെ ജനാലക്കരികിൽ ചെന്ന് നിന്നു. അതിൽ കൂടി കാണപ്പെട്ട ആ നഗരത്തിലെ മുഴുവൻ അന്തകാരവും തന്നിലേക്ക് ആവാഹിക്കുന്ന പോലെ ഡേവിഡിന് അനുഭവപ്പെട്ടു.

അന്ന് രാത്രി അയാൾക്ക് ഉറങ്ങാൻ കഴിഞ്ഞില്ല. ഓരോന്നൊക്കെ ആലോചിച്ചിരുന്നു.

കുറച്ചു നേരത്തെ ആലോചനക്കൊടുവിൽ അയാൾ എന്തോ ഓർത്തതു പോലെ തൻ്റെ ഡ്രോയർ വലിച്ചു തുറന്നു. അല്പ്പനേരത്തെ തിരച്ചിലിനൊടുവിൽ രണ്ട് ഫോട്ടോകൾ എടുത്തു മേശപ്പുറത്തു വച്ചു. നോവയുടെയും ഫ്രെഡ്ഡിയുടെയും ക്രൈം സീനിൽ നിന്നും എടുത്ത ഫോട്ടോയായിരുന്നു ഓരോന്നും. മേശമേൽ ഉണ്ടായിരുന്ന ഐറിൻ്റെ ഫോട്ടോയും അതിനോടൊപ്പം ചേർത്തു വച്ചു. കുറേ പ്രാവിശ്യം ഫോട്ടോ തിരിച്ചും മറിച്ചുമെല്ലാം വച്ചു നോക്കി.

" യെസ് ഗോട്ട് ഇറ്റ്." കൈ ഉയർത്തി വിരൽ ഞൊടിച്ചു കൊണ്ട് ഡേവിഡ് പറഞ്ഞു.

കേസിന്റെ പുതിയ വഴിത്തിരിവിലേക്കുള്ള ആലോചനയ്ക്കിടയിൽ എപ്പോഴോ ഉറക്കത്തിലേക്ക് വഴുതി വീണ ഡേവിഡ് രാവിലെ ദീപക് വന്ന് വിളിച്ചപ്പോഴാണ് ഉണർന്നത്. രാത്രി ഉറക്കം നഷ്ടമായതിനാൽ ഡേവിസിൻ്റ മുഖത്ത് ആ ക്ഷീണം അറിയാനുണ്ടായിരുന്നു .

" ഹാ... ദീപക്.... താനെത്തിയോ?"

അല്പം ഉറക്കച്ചടവോടെയായിരുന്നു ഡേവിഡിൻ്റെ ചോദ്യം.

" ആ.... സർ.... ഇപ്പോ വന്നേയുള്ളു. അല്ല..സർ ഇന്നലെ ഇവിടെയാണോ കിടന്നത്?"

"ഞാൻ ആ കേസിൻ്റെ ഡീറ്റെയിൽസ് നോക്കുകയായിരുന്നു. രാത്രി മുഴുവൻ ഉറങ്ങിയില്ല. നേരം വെളുക്കാറായപ്പോൾ ചെറുതായൊന്ന് മയങ്ങി.ആ... ഞാനെന്തായാലും വീട്ടിൽ പോയി ഒന്നു ഫ്രഷ് ആയിട്ടു വരാം. താൻ ഇവിടെ തന്നെ കാണണം.വന്നിട്ട് ചില കാര്യങ്ങൾ ഡിസ്കസ്സ് ചെയ്യാനുണ്ട്."

" എന്താ സർ... എനി ക്ലൂ?"

"മ്....... ചെറിയൊരു അസ്സംപ്ഷൻ മാത്രമാണ്. എത്രത്തോളം കറക്ട് ആകുമെന്നറിയില്ല. എനിവേ.... ലെറ്റ്സ് ട്രൈ."

ഇതും പറഞ്ഞ് ഡേവിഡ് പുറത്തേക്ക് നടന്നു.

വീട്ടിലെത്തി കുളി കഴിഞ്ഞ്, ഒരു എഗ്ഗ് സാൻവിച്ചും ഉണ്ടാക്കി, മേശപ്പുറത്ത് വച്ച് ടി വി ഓൺ ചെയ്തു.

"നോവ കൊലക്കേസ് പുതിയ വഴിത്തിരിവിലേക്ക്.... നോവയുടെ മരണത്തിനു പിന്നിൽ സീരിയൽ കില്ലർ... നോവയെ കൂടാതെ ഫ്രെഡ്ഡി, ഐറിൻ എന്നീ രണ്ടു പേർ കൂടി കൊല്ലപ്പെട്ടിരിക്കുന്നു ..... എല്ലാ കൊലക്കും പിന്നിൽ ഒരേ കൊലയാളി.... എന്നാൽ പോലീസിന് ഇതുവരെയും പ്രതിയെ അറസ്റ്റ് ചെയ്യാൻ കഴിഞ്ഞിട്ടില്ല.... ഇനിയും കൊലപാതകങ്ങൾ നടക്കാൻ സാധ്യതയുണ്ടെന്നാണ് പോലീസിൻ്റെ നിഗമനം...."

ഡേവിഡ് ടി വി ഓഫ് ചെയ്തു.

'ഓ... പത്രക്കാർക്ക് ആഘോഷിക്കാൻ ഒരു വാർത്തയായി.'

സാൻവിച്ച് കഴിച്ച പാത്രം അടുക്കളയിലേക്ക് കൊണ്ടു പോകുന്നതിനിടയിൽ ഡേവിഡ് മനസ്സിലോർത്തു.

സ്റ്റേഷനിൽ തിരിച്ചെത്തിയ ഡേവിഡ് വണ്ടിയിൽ നിന്നും കാലെടുത്തു വച്ചതും ഒരു കൂട്ടം പത്രക്കാർ അയാളെ വളഞ്ഞു.

" എന്തുകൊണ്ടാണ് സർ പോലീസ് ഇതുവരെ പ്രതിയെ പിടികൂടാത്തത്?"

"മൂന്ന് കൊല നടന്നിട്ടും പോലീസ് എന്താണ് സർ ആക്ഷൻ എടുക്കാത്തത്?"

പത്രക്കാരുടെ ചോദ്യങ്ങൾക്കു മുന്നിൽ ഡേവിഡ് അല്പം അസ്വസ്തനായി. അവരുടെ ചോദ്യങ്ങൾക്കെല്ലാം ഒരു വിധം ഉത്തരം പറഞ്ഞൊപ്പിച്ചു.

സ്റ്റേഷനിലെത്തിയ ഡേവിഡിനെ കാത്ത് ദീപക് നിൽക്കുന്നുണ്ടായിരുന്നു. അപ്പോഴാണ് സ്റ്റേഷനിലെ ഫോൺ ശബ്ദിച്ചത്. ഡേവിഡ് ഫോൺ എടുത്ത് ചെവിയിൽ വച്ചു.ഡി ജി പി മോഹൻദാസ് ആയിരുന്നു ഫോണിൽ.

" ഡേവിഡ്.... മീഡിയ ആകെ വൈലൻ്റ് ആയിരിക്കുന്നു.... എന്തായെടോ അന്വേഷണം ?"

"സർ .. ഐ തിംഗ് വീ ഗോട്ട് എ ലീഡ്...ബട്ട് ഐ നീട് സം മോർ ടൈം."

"ഓ... ഈസ് ഇറ്റ്? ഓക്കേ... എന്തായാലും കുറച്ചു ഫാസ്റ്റ് ആക്കണം. മുകളിലുള്ളവരോട് എക്സ്പ്ലനേഷൻ കൊടുത്ത് ഞാൻ മടുത്തെടോ."

"സോറി സർ... നമ്മൾ ട്രൈ ചെയ്യാത്തതു കൊണ്ടല്ലല്ലോ....ഗീവ് മീ വൺ മോർ ചാൻസ്."

" ഓക്കേ... യൂ ക്യാരി ഓൺ"

"താങ്ക്യൂ സർ."

ഫോൺ കട്ട് ആയ ശേഷം ഡേവിഡ് തൻ്റെ സീറ്റിൽ ചാരി ഇരുന്നു. ദീപക് അയാളുടെ സമീപത്ത് വന്ന് നിന്നു. ഡേവിഡ് മേശയുടെ ഡ്രോയർ തുറന്ന് മൂന്ന് ഫോട്ടോസ് പുറത്തെടുത്തു.നോവയുടെയും, ഫ്രെഡ്ഡിയുടെയും, ഐറിൻ്റെയും ക്രൈം സീനിൽ നിന്നു കിട്ടിയ ഫോട്ടോസ് ആയിരുന്നു അത്.

"ദീപക്... സീ ദിസ്...ഡു യൂ സെൻസ് സംതിങ്?"

ഡേവിഡ് ആ ഫോട്ടോസ് ദീപക്കിനു നേരെ കാണിച്ചു കൊണ്ട് ചോദിച്ചു.

ദീപക് കുറച്ചു നേരം ആ ഫോട്ടോയിലേക്ക് നോക്കി നിന്നു. അയാൾക്കൊന്നും മനസ്സിലായില്ലെന്ന് തോന്നിയിട്ടെന്നോണം ഡേവിഡ് തുടർന്നു...

" ഇതിലെ ലെറ്റേഴ്സ് താൻ ശ്രദ്ധിച്ചോ? ആദ്യം കൊല്ലപ്പെട്ടത് നോവ...' എൻ', രണ്ടാമത്തേത് ഫ്രെഡ്ഡി...' എഫ്', ഇപ്പോൾ മൂന്നാമത്തേത് ഐറിൻ...' ഐ'.... ഈ ലെറ്റേഴ്സ് കാണുമ്പോൾ ഏതെങ്കിലും വേർഡുമായി സിമിലാരിറ്റി തോന്നുന്നുണ്ടോ?"

ദീപക് ഒന്നുകൂടി ഫോട്ടോയിലേക്ക് നോക്കി. ഒന്നാലോചിച്ച ശേഷം അയാൾ പറഞ്ഞു...

"നോ... സർ"

"മ്.......... ആദ്യത്തെ ബോഡിയിൽ കണ്ട മുറിവുകളുടെ എണ്ണം ഏഴ് ആയിരുന്നു.പിന്നീട് ഓരോ മരണം നടന്നപ്പോഴും ആ മുറിവുകളുടെ എണ്ണവും കുറഞ്ഞു വന്നു. കൊല്ലപ്പെടുവാനുള്ള ആളുകളുടെ എണ്ണത്തെയാണിത് സൂചിപ്പിക്കുന്നത്. ഇപ്പോൾ നമുക്ക് കിട്ടിയ ബോഡികൾ വച്ച് എട്ട് പേരാണ് ടോട്ടൽ... എന്നാൽ 'എൻ',' എഫ്',' ഐ' എന്നീ ലെറ്റേഴ്സ് എന്നെ കൊണ്ടെത്തിച്ചത് ഒമ്പത് അക്കങ്ങളുള്ള ഒരു വാക്കിലാണ്...' ഇൻഫിനിറ്റം'."

" ബട്ട് സർ... ആദ്യം കൊല്ലപ്പെട്ടത് നോവയല്ലേ... നമ്മൾ പറയുന്നതു പോലെയാണെങ്കിൽ ' ഐ' വച്ചുള്ള ഒരാളെ അല്ലേ ആദ്യം കൊല്ലേണ്ടത്?"

"ദീപക് ഞാൻ പറഞ്ഞല്ലോ... ഇതെൻ്റെ ഒരു ഇൻട്യൂഷൻ മാത്രമാണ്. എൻ്റെ ഊഹം ശരിയാണെങ്കിൽ നോവക്ക് മുമ്പ് ഒരാൾ കൂടി കൊല്ലപ്പെട്ടിട്ടുണ്ട്. അതൊരു പക്ഷേ നമ്മൾ അറിയാതെ പോയ ഒരു കേസ് ആയിരിക്കാം.. എനിവേ അങ്ങനെയൊരു മർഡർ നടന്നിട്ടുണ്ടോ എന്ന് നമ്മൾ അന്വേഷിക്കണം. തൽക്കാലം ഇത് ഞാനും താനും മാത്രം അറിഞ്ഞാൽ മതി."

" ഷുവർ സർ"

"ഓക്കേ... എങ്കിൽ ഇപ്പോൾ തന്നെ തുടങ്ങിക്കോളു. എല്ലാ സ്റ്റേഷനിലും അന്വേഷിക്കണം.. നോവയുടെ മരണത്തിനു മുന്നേ ഇൻഫിനിറ്റത്തിൽ ഏതെങ്കിലും മിസ്സിംഗ് കേസ് ഉണ്ടായിട്ടുണ്ടോ എന്നുകൂടി അന്വേഷിക്കണം."

" യെസ് സർ!"

ദീപക് ഡേവിഡിനെ നോക്കി സല്യൂട്ട് അടിച്ചു കൊണ്ട് പുറത്തേക്ക് പോയി.

# 9

**അധ്യായം 9**

സമയം രാത്രിയോടടുത്തു. വഴിയരികിൽ തട്ടുകട നടത്തുന്ന ഗോപാലൻ കച്ചവടം നിർത്തി വീട്ടിലേക്ക് മടങ്ങുകയായിരുന്നു. കുറച്ചു ദൂരം ചെന്ന് ഒരു ചെറിയ ഇടവഴിയിലൂടെ അയാൾ തൻ്റെ ഉന്തുവണ്ടിയുമായി മുന്നോട്ട് നീങ്ങി. പെട്ടെന്ന് തൻ്റെ മുന്നിൽ ഒരു കറുത്ത രൂപം അയാൾ കണ്ടു. ആൾതാമസം കുറഞ്ഞ പ്രദേശമായതിനാൽ അയാൾക്കല്പം ഭയം തോന്നി. എങ്കിലും അത് പുറത്തു കാണിക്കാതെ അയാൾ മുന്നോട്ടു നീങ്ങി. കുറച്ചടുത്തെത്തിയപ്പോൾ അതൊരു മനുഷ്യരൂപമാണെന്ന് ഗോപാലൻ തിരിച്ചറിഞ്ഞു. അയാൾ അടുത്തേക്ക് ചെല്ലാൻ ഒരുങ്ങിയതും പുറകിൽ നിന്ന് ഒരു വാഹനത്തിൻ്റെ ശബ്ദം കേട്ടു. ഗോപാലൻ തിരിഞ്ഞു നോക്കി.ആ വണ്ടിയിൽ നിന്നു വന്ന വെളിച്ചം അയാളുടെ കണ്ണുകളിലേക്ക് തുളഞ്ഞു കയറി. അറിയാതെ തന്നെ ഒരു നിമിഷം ഗോപാലൻ കണ്ണുകൾ അടച്ചുപോയി. വണ്ടി പോയി കഴിഞ്ഞപ്പോൾ താൻ കണ്ട ആ വ്യക്തിയെ അയാൾ തിരഞ്ഞു. എന്നാൽ അവിടമാകെ ശൂന്യമായിരുന്നു. ഉടനെ തന്നെ അയാൾ പോലീസ് സ്റ്റേഷനിൽ വിവരമറിയിച്ചു. അധികം വൈകാതെ തന്നെ ഡേവിഡും സംഘവും സ്ഥലത്തെത്തി. ഗോപാലനോട് നടന്ന സംഭവത്തെപ്പറ്റി അന്വേഷിച്ചു.

ശേഷം ഡേവിഡ് ചോദിച്ചു...

" ഗോപാലന് എന്തുകൊണ്ടാണ് ഇത് പോലീസിൽ അറിയിക്കണമെന്നു തോന്നിയത്?"

"സർ... അയാളുടെ നിൽപ്പും ഭാവവുമൊക്കെ കണ്ടപ്പോൾ അല്പം അസ്വഭാവികത തോന്നി. മാത്രമല്ല.. മഴയില്ലാത്ത ഈ സമയത്തും മഴക്കോട്ടും ഗമ്ബൂട്ട്സും ഒക്കെ ധരിച്ചിരുന്നു."

"ഓക്കേ... ഗുഡ്..... ഇതല്ലാതെ വേറെന്തെങ്കിലും ശ്രദ്ധിച്ചിരുന്നോ?"

" ഇല്ല സർ.. അപ്പോഴേക്കും ഒരു വണ്ടി വന്ന് എൻ്റെ ശ്രദ്ധ മാറിപ്പോയി."

"ന്നാ ഗോപാലൻ പൊയ്ക്കോ.... ആവശ്യം വന്നാൽ വിളിക്കാം."

" ശരി സാറേ..."

ഗോപാലൻ കൈകൂപ്പിക്കൊണ്ട് തൻ്റെ ഉന്തുവണ്ടിയുമായി അവിടെ നിന്ന് പോയി.

ഡേവിഡ് കോൺസ്റ്റബൾസിനോട് പറഞ്ഞു....

" ഇവിടെ അടുത്ത് ഇൻഫിനിറ്റത്തിൽ വർക്ക് ചെയ്യുന്ന ആരെങ്കിലും ഉണ്ടോ എന്നറിയണം. പിന്നെ ഈ ഏരിയ മുഴുവൻ പോലീസ് ഫോഴ്സ് കവർ ചെയ്തിരിക്കണം. കം ഓൺ ക്വിക്ക്... നമുക്കധികം സമയമില്ല. ഏതു നിമിഷവും എന്തും സംഭവിക്കാം."

"യെസ് സർ"

കോൺസ്റ്റബിൾ രാഘവൻ ഒരു സല്യൂട്ടോടെ മറുപടി പറഞ്ഞു.

അപ്പോഴാണ് ദീപക് അവിടെ എത്തിയത്.

ഡേവിഡിന് ഒരു സല്യൂട്ട് നൽകി കൊണ്ട് ദീപക് പറഞ്ഞു തുടങ്ങി..

" സർ പറഞ്ഞ കാര്യം അന്വേഷിച്ചു. ഇൻഫിനിറ്റം എന്ന കമ്പനി കൊച്ചിയിൽ വന്നിട്ട് ആകെ അഞ്ചു വർഷം ആയിട്ടേയുള്ളു. ഇതിനിടക്ക് വെറെ ഒരു മിസ്സിംഗ് കേസോ മർഡർ കേസോ ഉണ്ടായിട്ടില്ലെന്നാണ് അറിയാൻ കഴിഞ്ഞത്. നോവയുടേതാണ് ആദ്യത്തെ സംഭവം എന്നാണ് കമ്പനിയിൽ ഉള്ളവരുടെ മൊഴി."

"മ്.... ഗുഡ് ജോബ്."

ദീപക്കിൻ്റെ ജോലിയോടുള്ള ആത്മാർഥതയെ അഭിനന്ദിക്കാൻ ഡേവിഡ് മറന്നില്ല.

" ഇൻഫിനിറ്റത്തിൻ്റെ ആദ്യത്തെ ഓഫീസ് പത്തനംതിട്ട ആയിരുന്നെന്നല്ലേ പറഞ്ഞത്."

" യെസ് സർ."

"നമുക്ക് അവിടേം കൂടി ഒന്നന്വേഷിക്കണം. അതിനു മുമ്പ് നമ്മുടെ അസ്സംപ്ഷൻസ് ശരിയാണോന്ന് അറിയണം. ഫോർ ദാറ്റ് വീ ഷുഡ്

ഫൈൻ്റ് ദി നെക്സ്റ്റ് വിക്റ്റിം."

"സർ പറഞ്ഞ പോലെയാണെങ്കിൽ നെക്സ്റ്റ് വിക്റ്റിം 'എൻ' വച്ചുള്ള ഒരു പേരായിരിക്കില്ലേ?"

"മ്... അങ്ങനെയായിരിക്കണം."

ഡേവിഡ് ഇത് പറഞ്ഞു തീർന്നതും കോൺസ്റ്റബിൾ രാഘവൻ ഒരു ലിസ്റ്റുമായി വന്നു.

രാഘവൻ പോയ ശേഷം ഡേവിഡ് ആ ലിസ്റ്റിലെ പേരുകൾ ഓരോന്നായി പരിശോധിച്ചു. അതിൽ ഒരു പേരു മാത്രം വട്ടം വരച്ച് അടയാളപ്പെടുത്തിയ ശേഷം ആ പേപ്പർ ദീപക്കിൻ്റെ നേരെ നീട്ടി. ദീപക് ആ പേര് നോക്കി വായിച്ചു....

" നിർമൽ!"

" നിർമലിൻ്റെ വീട്ടിലും ഇൻഫിനിറ്റത്തിലും പോലീസ് പ്രൊട്ടക്ഷൻ കൊടുക്കണം. ഇനിയൊരു വിക്റ്റിം ഉണ്ടാവാതിരിക്കാൻ നമ്മൾ മാക്സിമം ട്രൈ ചെയ്യണം."

ഡേവിഡ് ദീപകിനോട് പറഞ്ഞു.

" യെസ് സർ...... എന്തായാലും ആ ക്രിമിനൽ നിസാരക്കാരനല്ല... അവൻ ഏതു നിമിഷം എന്തു ചെയ്യുമെന്നാർക്കറിയാം..."

ദീപക് അല്പം ഉത്കണ്ഠയോടുകൂടിയാണ് പറഞ്ഞത്.

ഡേവിഡ് ഒന്നു മൂളുക മാത്രം ചെയ്തു.

# 10

**അധ്യായം 10**

ഒരു ദിവസം എമി ഓഫീസിൽ മാനുവേലിൻ്റെ മുറിയിലേക്ക് കടക്കാനൊരുങ്ങിയതും അകത്ത് രണ്ടു പേർ സംസാരിക്കുന്നത് അവൾ കേട്ടു. അത് കേട്ടതും അകത്തു കയറാതെ അവൾ പുറത്തു തന്നെ നിന്നു. കുറച്ചു നേരം കഴിഞ്ഞ് സംസാരം നിലച്ചു. അകത്തു നിന്നാരോ ഡോർ തുറക്കുന്ന ശബ്ദം കേട്ടതും എമി ഒരല്പം മാറി നിന്നു. ഉടനെ നഥാൻ ഡോർ തുറന്ന് പുറത്തേക്ക് വന്നു. അകത്ത് മാനുവേലിനോടൊപ്പം ഉണ്ടായിരുന്നത് നഥാനാണെന്ന് എമിക്ക് മനസ്സിലായി. നഥാൻ പോയി അഞ്ച് മിനിട്ട് കഴിഞ്ഞാണ് എമി മാനുവേലിൻ്റെ മുറിയിലേക്ക് പ്രവേശിച്ചത്. മാനുവേലിനോട് അനുവാദം ചോദിച്ച് അകത്തു കയറിയ എമിക്ക് അയാളുടെ മനസ്സിലുണ്ടായിരുന്ന അസ്വസ്ഥത മനസ്സിലാക്കാൻ സാധിച്ചു.

"എന്തു പറ്റി സർ?എന്തോ ഒരു ടെൻഷൻ ഉള്ളതു പോലെ.."

മറുപടി കിട്ടില്ലെന്നുറപ്പായിരുന്നിട്ടും എമി വെറുതെ ഒന്നു ചോദിച്ചു.

"നത്തിങ്... ആം ഫൈൻ.."

എമി പ്രതീക്ഷിച്ചതു പോലെതന്നെ മാനുവേൽ ഒഴിഞ്ഞു മാറി.

എമി താൻ വന്ന ജോലി പൂർത്തിയാക്കി മാനുവേലിൻ്റെ മുറിയിൽ നിന്നും പുറത്തു പോയി.

ജൂലൈ 11 ,സമയം രാത്രി 11:45 .

നഥാൻ തൻ്റെ ഫ്ലാറ്റിൽ കിടന്നുറങ്ങുകയായിരുന്നു. പെട്ടെന്ന് തൻ്റെ കാലിനരികിൽ ഒരനക്കം അയാൾക്കനുഭവപ്പെട്ടു. അയാൾ മെല്ലെ കണ്ണുകൾ തുറന്നു. ചുറ്റിലും ഒന്നു നോക്കി. അവിടെ മറ്റാരുമുള്ളതായി നഥാന് കാണാൻ കഴിഞ്ഞില്ല. അയാൾ മെല്ലെ

തലയുയർത്തി തൻ്റെ കാലുകളിലേക്ക് നോക്കി. പെട്ടെന്നാരോ തൻ്റെ പുതപ്പ് വലിക്കുന്നതായി അയാളറിഞ്ഞു. പുതച്ചിരുന്ന പുതപ്പ് കട്ടിലിനടിയിലേക്ക് പോകുന്നതായി അയാൾ കണ്ടു. നഥാൻ മെല്ലെ എഴുന്നേറ്റ് പുതപ്പ് പോയ വഴിയേ ചെന്ന് കിട്ടലിനു മറുവശത്തേക്ക് നീങ്ങി വന്നു. അയാളുടെ ഹൃദയമിടിപ്പിന് വേഗതയേറി. കട്ടിലിൽ ഇരുന്നു കൊണ്ടു തന്നെ നഥാൻ മെല്ലെ താഴേക്ക് നോക്കി. ഇല്ല.... ഒന്നും കാണാനില്ല. അയാൾ കട്ടിലിനടിയിലേക്ക് നോക്കി. തൻ്റെ ദേഹത്തു നിന്നും ഊർന്നു പോയ പുതപ്പ് അയാൾ അവിടെ കണ്ടു. ആ പുതപ്പെടുക്കാനായി നഥാൻ കൈ നിട്ടിയതും അതിനുള്ളിൽ നിന്നും ഒരു ഭീകരമായ മുഖം അയാൾക്കു നേരെ നീങ്ങി വന്നു. പേടിച്ചു നിലവിളിച്ച് നഥാൻ പുറകിലേക്ക് മറഞ്ഞു വീണു. അയാൾ ആകെ പേടിച്ചു വിയർത്തിരുന്നു. പെട്ടെന്നാണ് തൻ്റെ ഇടതു വശത്തായി ആരോ കിടക്കുന്നതായി നഥാനു തോന്നിയത് അയാൾ എങ്ങനെയോ ഒരു വിധം ധൈര്യം സമ്പാദിച്ചു കൊണ്ട് തിരിഞ്ഞു നോക്കി. എന്നാൽ അവിടെ ആരും ഉണ്ടായിരുന്നില്ല. നഥാൻ വീണ്ടും എഴുന്നേറ്റ് കട്ടിലിൻ്റെ ഇടതു വശത്തു കൂടി താഴേക്ക് നോക്കി. അലറി വിളിച്ചു കൊണ്ടൊരു സ്ത്രീ രൂപം അയാൾക്കു നേരെ പാഞ്ഞു വന്നു.

"ആ...."

ഞെട്ടിത്തരിച്ച് നഥാൻ പിന്നിലേക്ക് മറിഞ്ഞു വീണു. പെട്ടെന്ന് അവിടുത്തെ ക്ലോക്കിൽ 12 മണിയായെന്നറിയിച്ചു കൊണ്ടുള്ള മണി മുഴങ്ങിയതും മുറിയിലെ ലൈറ്റ് തെളിഞ്ഞു വന്നു. മുന്നിലുണ്ടായിരുന്ന രൂപത്തെ നഥാൻ ഒന്നുകൂടി നോക്കി. മുഖം മൂടി അഴിച്ചു കൊണ്ട് എമി നിന്നു ചിരിച്ചു. ഒപ്പം താരയും മനുവും ഏഞ്ചലീനയും കേക്കുമായി വന്നു. അവർ ഒരുമിച്ച് പാടി...

"ഹാപ്പി ബർത്ത് ഡേ ടൂ യൂ..............."

നഥാന് ചിരിയും ദേഷ്യവും ഒരുമിച്ചു വന്നു.

" ഹൊ... ഞാനിപ്പോ പേടിച്ചു ചത്തേനെ. ഇതൊരു വല്ലാത്ത പണിയായി പോയി."

അവർ എല്ലാവരും ഉറക്കെ ചിരിച്ചു. അങ്ങനെ ആഘോഷങ്ങളും പാട്ടും കൂത്തുമായി ആ രാത്രി കടന്നു പോയി.

പിറ്റേ ദിവസം ഓഫീസിലെത്തിയ നഥാൻ എല്ലാവർക്കും സ്വീറ്റ്സ് കൊടുത്തു. എന്നാൽ എമിയെയും മാനുവേലിനെയും മാത്രം അയാൾക്കവിടെ കാണാൻ കഴിഞ്ഞില്ല. കുറേ നേരത്തെ കാത്തിരിപ്പിനൊടുവിൽ മാനുവേലിൻ്റെ കാർ വരുന്നത് നഥാൻ കണ്ടു. അതിൽ നിന്ന് എമിയും മാനുവേലും ഇറങ്ങി വരുന്നു. അത് കണ്ടപ്പോൾ മനസ്സിലെവിടെയോ മാനുവേലിനോടൊരു അസൂയ തോന്നി.

ഇൻഫിനിറ്റത്തിലെത്തിയ എമിയും മാനുവേലും നേരെ മാനുവേലിൻ്റെ ക്യാബിനിലേക്ക് കയറി. അതിനു പിന്നാലെ നഥാനും കയ്യിൽ സ്വീറ്റ്സുമായി ക്യാബിനിലേക്ക് പ്രവേശിച്ചു. സ്വീറ്റ്സ് ബോക്സ് നഥാൻ ആദ്യം മാനുവേലിനു നേരെ നീട്ടി.

"ഹാപ്പി ബർത്ത് ഡേ നഥാൻ."

മുഖത്തൊരു ഭാവവുമില്ലാതെ മാനുവേൽ പറഞ്ഞു.

നഥാൻ്റെ മുഖത്തും ചിരിയുണ്ടായിരുന്നില്ല. അവർക്കിടയിൽ എന്തോ ഒരു രഹസ്യം ഉള്ളതായി എമിക്കു തോന്നി. എന്നാൽ അവൾ ഒന്നും ചോദിക്കാൻ നിന്നില്ല. നഥാൻ നീട്ടിയ ബോക്സിൽ നിന്നും ഒരു സ്വീറ്റ് എടുത്ത് മുഖത്ത് ഒരു പുഞ്ചിരിയുമായി അവൾ നഥാനെ വിഷ് ചെയ്തു. ശേഷം നഥാൻ ആ മുറിയിൽ നിന്നും പുറത്തിറങ്ങി.

ഉച്ചക്ക് ഊണ് കഴിക്കാൻ എല്ലാവരും ക്യാൻ്റീനിലെത്തി. നഥാൻ എല്ലാർക്കുമുള്ള ചിലവ് വഹിക്കാമെന്നേറ്റു. എല്ലാവരും ഫുഡ് ഓർഡർ ചെയ്യാൻ തുടങ്ങി. എമി അല്പം വൈകിയാണെത്തിയത്. അവളെ കണ്ടതും നഥാൻ ഓടി അവളുടെ അടുത്തേക്ക് ചെന്നു.

"ഹായ് എമി... എന്താ ലേറ്റ് ആയേ? ഇന്നെൻ്റെ ട്രീറ്റ് ആണ്."

"ഓ... നൈസ്... കുറച്ച് വർക്ക് ഫിനീഷ് ചെയ്യാനുണ്ടായിരുന്നു. അതാ ലേറ്റ് ആയേ... ബാക്കിയുള്ളവരൊക്കെ എന്ത്യേ?"

"അവരൊക്കെ അവിടുണ്ട്. അവിടേക്ക് പോകുന്നതിനു മുമ്പ് എനിക്ക് എമിയോടൊരു കാര്യം പറയാനുണ്ട്."

"മ്.... പറ"

നഥാൻ്റെ വാക്കുകൾക്കായി കാതോർത്തു കൊണ്ടെന്നപോലെ അവൻ്റെ കണ്ണുകളിലേക്ക് നോക്കി എമി പറഞ്ഞു. അല്പനേരം അവർ

പരസ്പരം ഒന്നും മിണ്ടിയില്ല. ആ നിശബ്ദത ഇല്ലാതാക്കിക്കൊണ്ട് നഥാൻ ഒരു ദീർഘശ്വാസത്തോടെ പറഞ്ഞു തുടങ്ങി.........

" എമി...തന്നെ കണ്ട അന്നു തന്നെ പറയണമെന്ന് കരുതിയതാ... പക്ഷേ ഇപ്പോഴാണ് ഒരു ചാൻസ് കിട്ടിയത്.... എനിക്ക് തന്നെ ഇഷ്ടമാണ്."

എമിയുടെ കണ്ണുകളിൽ അത്ഭുതത്തിൻ്റെ തിളക്കമായിരുന്നു.

നഥാൻ വീണ്ടും പറഞ്ഞു തുടങ്ങി.....

" താൻ നന്നായി ആലോചിച്ചൊരു തീരുമാനം പറഞ്ഞാൽ മതി. ഇനി അഥവാ മറുപടി 'നോ' എന്നാണെങ്കിലും ഞാൻ കാത്തിരിക്കും.... നമ്മളീ എക്സാമിൻ്റെയൊക്കെ റിസൾട്ടിനു വെയിറ്റ് ചെയ്യുന്ന പോലെ."

നഥാൻ അല്പം നർമ്മം കലർന്ന ഭാവത്തിൽ പറഞ്ഞ ശേഷം തൻ്റെ വലതു കണ്ണ് ഒന്ന് അടച്ചു കാണിച്ച് അവിടെ നിന്നു പോയി.

എമി ഒരു അന്താളിപ്പോടെ നഥാൻ പോകുന്നതും നോക്കി നിന്നു. നഥാൻ നേരെ ചെന്ന് അവിടെ കൂടിയിരിക്കുന്ന എല്ലാർക്കും അഭിമുഖമായി നിന്നുകൊണ്ട് പറഞ്ഞു...

" ഇന്ന് നൈറ്റ് എൻ്റെ വീട്ടിൽ ഒരു പാർട്ടി അറൈഞ്ച് ചെയ്തിട്ടുണ്ട്. എല്ലാവരും വരണം."

അവിടെ നിന്ന് കൊണ്ട് എമിയെ നോക്കി ഒന്ന് പുഞ്ചിരിച്ച ശേഷം നഥാൻ കൂട്ടുകാർക്കിടയിലേക്ക് പോയി. എമിയുടെ മുഖത്ത് ചെറിയൊരു പുഞ്ചിരി വിടർന്നു.

രാത്രി ഏകദേശം 8 മണിയോടുകൂടി ഇൻഫിനിറ്റത്തിലെ മാനുവേൽ ഒഴുകെയുള്ള എല്ലാവരും നഥാൻ്റെ വീട്ടിൽ എത്തി.

വലിയൊരു കോമ്പൗണ്ടിൻ്റെ ഒത്ത നടുക്കൊരു പടുകൂറ്റൻ ബംഗ്ലാവ്. ഇരു വശങ്ങളിലും റോസാ പൂക്കൾ നിറഞ്ഞു നിൽക്കുന്ന ഗാർഡൻ. വീടും ചുറ്റുപാടും പലതരം ബൾബുകൾ കൊണ്ട് അലങ്കരിച്ചിരിക്കുന്നു. അതിൻ്റെ വെളിച്ചം അവിടമാകെ നിറഞ്ഞു നിൽക്കുന്നു. എമിയും കൂട്ടരും നഥാൻ്റെ വീട് കണ്ട് അന്തം വിട്ട് നിന്നു പോയി. അവരെ കണ്ടതും നഥാൻ പുറത്തേക്കിറങ്ങി വന്നു.

" ഇത് ശരിക്കും നിൻ്റെ വീടാണോ?"

മനു അത്ഭുതത്തോടെ ചോദിച്ചു.

" അതേടോ.... എന്താ സംശയം!"

നഥാൻ ഒരു നിസാര ഭാവത്തിൽ പറഞ്ഞു.

"എന്നാലും നിന്നെ കണ്ടാൽ പറയില്ലാട്ടോ..."

ഏഞ്ചലീന ആയിരുന്നു അത്.

അതിനു മറുപടിയായി നഥാന് ഒരു ചിരി മാത്രമേ ഉണ്ടായിരുന്നുള്ളു.

ശേഷം എല്ലാവരും വീടിനകത്തു പ്രവേശിച്ചു. അധികം വൈകാതെ തന്നെ പാർട്ടി ആരംഭിച്ചു. കേക്ക് മുറിച്ചും, പാട്ടു പാടിയും, ഡി ജെ ക്കൊത്ത് ചുവടുകൾ വച്ചും ആ രാത്രി അവർ ആഘോഷിക്കുകയായിരുന്നു. ഇടയിൽ വച്ച് ഓരോരുത്തരായി മടങ്ങി പോയിക്കൊണ്ടിരുന്നു. സമയം ഏകദേശം 10 മണിയായപ്പോഴേക്കും നഥാൻ്റെ വീട്ടിലെ എല്ലാ വെളിച്ചവും അണഞ്ഞു. നിർമലിനെ പിന്തുടർന്ന് നഥാൻ്റെ വീട്ടിലെത്തിയ പോലീസിന് അസ്വഭാവികമായി എന്തോ തോന്നിയതു കൊണ്ടു തന്നെ വീടിനകത്തേക്ക് പ്രവേശിച്ചു. ഉടനെ തന്നെ ലൈറ്റുകളെല്ലാം തെളിഞ്ഞു. എല്ലാവരുടെയും മുഖത്ത് ഒരാശ്വാസം കാണപ്പെട്ടു. പക്ഷേ ലൈറ്റുകൾ വീണ്ടും അണഞ്ഞു. രണ്ടു മൂന്നു തവണ ഇതാവർത്തിച്ചു. ഒടുവിൽ ലൈറ്റുകളെല്ലാം തെളിഞ്ഞതും മുകളിലത്തെ നിലയിൽ നിന്നും താരയുടെ നിലവിളി കേട്ടതും ഒരുമിച്ചിയിരുന്നു. താഴെ കൂടിയിരുന്നവരെല്ലാം മുകളിലേക്ക് കയറി ചെന്നു. അവിടെ കണ്ട കാഴ്ച എല്ലാവർക്കും അവിശ്വസിനീയമായിരുന്നു. നഥാൻ ദാനിയേൽ തൻ്റെ ബെഡ്റൂമിൽ ബന്ധനസ്ഥനായി, മേലാസകലം രക്തവുമായി മരിച്ച നിലയിൽ കിടക്കുന്നു. പോലീസുകാർ തങ്ങൾക്കു പറ്റിയ അബദ്ധത്തെയോർത്ത് തല താഴ്ത്തി. അവിടെ കൂടിയിരുന്ന മറ്റു സ്റ്റാഫുകളെല്ലാം പരസ്പരം മുഖത്തോടു മുഖം നോക്കി നിന്നു.

ഡേവിഡ് സ്റ്റേഷനിൽ തൻ്റെ മുറിയിലിരുന്ന് മേശപ്പുറത്തുള്ള ഫൈൽ തിരിച്ചും മറിച്ചും നോക്കി കൊണ്ടിരുന്നു. അപ്പോഴാണ് ദീപക് കയ്യിൽ ഒരു ഫയലുമായി ഡേവിഡിൻ്റെ അനുവാദം വാങ്ങി ആ മുറിയിലേക്ക് കടന്നു വന്നത്.

"സർ, ഓട്ടോപ്സി റിപ്പോർട്ട് കിട്ടി."

കയ്യിലുണ്ടായിരുന്ന ഫയൽ ഡേവിഡിനു നേരെ നീട്ടിക്കൊണ്ട് ദീപക് പറഞ്ഞു.

ഡേവിഡ് ഒന്ന് മൂളുക മാത്രം ചെയ്തു കൊണ്ട് ദീപക്കിൻ്റെ കയ്യിൽ നിന്നും ഫയൽ വാങ്ങി മറിച്ചു നോക്കി.

" മുമ്പത്തെ കേസുകൾ പോലെ തന്നെ. ഇരു കയ്യിലുമായി 4 മുറിവുകൾ. എൻ ഷേപ്പിലുള്ള ആയുധം."

ഫയലിൽ നിന്നും കണ്ണെടുക്കാതെ ഡേവിഡ് പറഞ്ഞു.

" പക്ഷേ സർ... ഒരു പ്രശ്നമുണ്ട്.. നഥാൻ..."

ദീപക് ഇടക്കു കയറി.

അയാൾ അത് മുഴുമിപ്പിക്കുന്നതിനു മുന്നേ ഡേവിഡ് പറത്തു..

" മാനുവേലിൻ്റെ ബ്രദർ ആണല്ലേ?"

"അതെ... സാറിനത് എങ്ങനെ മനസ്സിലായി?"

"ഐറിൻ കൊല്ലപ്പെട്ട അന്നു തന്നെ മാനുവേൽ എന്നോട് ഈ കാര്യം പറഞ്ഞിരുന്നു. ബട്ട് എന്നിട്ടും 'എൻ' വച്ചുള്ള പേര് നഥാൻ ആയിരിക്കുമെന്ന് ഞാൻ ചിന്തിച്ചില്ല. കൊലയാളിയെ കണ്ട സ്ഥലം വച്ച് വിലയിരുത്തിയതാണ് എനിക്കു പറ്റിയ തെറ്റ്. അവൻ ശരിക്കും എല്ലാവരെയും വിഢികളാക്കിക്കൊണ്ടിരിക്കുകയാണ്."

"അങ്ങനെയാണെങ്കിൽ അടുത്ത ടാർഗെറ്റ് മാനുവേൽ ആയിരിക്കും അല്ലേ സർ?"

"അങ്ങനെ പറയാൻ പറ്റില്ല. അടുത്ത ലെറ്റർ ' ഐ' അല്ലേ വരേണ്ടത്?"

"എന്നാലും ആ കില്ലർ എന്തിനായിരിക്കും ഇവരെയൊക്കെ കൊല്ലുന്നത്?"

"അവൻ്റെ ലക്ഷ്യം 'ഇൻഫിറ്റം' എന്ന കമ്പനിയാണ്. അതിൻ്റെ റീസൺ എന്താണെന്ന് നമ്മൾ കണ്ടെത്തിയേ തീരു."

# 11

**അധ്യായം 11**

ആഡംബര പ്രൗഢിയോടു കൂടിയ വലിയൊരു ബാറിൽ ഒരു മേശയുടെ ഇരുവശങ്ങളിലായുള്ള മനോഹരമായ കസേരകളിൽ കയ്യിൽ ഒരോ ഗ്ലാസ്സുമായി ഇരിക്കുകയാണ് ടൈടസും ഉവൈസും. ബിയർ ഒറ്റ വലിക്കു കുടിച്ചു തീർത്ത് ആ ഗ്ലാസ്സ് മേശമേൽ വച്ചു കൊണ്ട് ഉവൈസ് പറഞ്ഞു....

" എടോ.... നമ്മളൊക്കെ കൂടി പണ്ട് ചെയ്തു കൂട്ടിയതിൻ്റെ ശിക്ഷയാടോ ഇതൊക്കെ."

"ഏയ്... താനിങ്ങനെ നെഗറ്റീവ് ആവാതെടോ."

ടൈട്ടസ് ഉവൈസിൻ്റെ തോളിൽ തട്ടി പറഞ്ഞു.

ടൈട്ടസ്സിൻ്റെ കൈ തട്ടി മാറ്റിക്കൊണ്ട് ഉവൈസ് അല്പം ദേഷ്യത്തോടെ പറഞ്ഞു..

" എങ്ങനെ നെഗറ്റീവ് ആവാതിരിക്കും? ഇപ്പോൾ മരിച്ചതു മുഴുവൻ നമ്മുടെ ആളുകളാ... അത് മറക്കണ്ട."

"എടോ താൻ പറയുന്നതൊക്കെ ശരി തന്നെയാ... പക്ഷേ ഇതൊക്കെ വർഷങ്ങൾക്കു മുമ്പ് നടന്നൊരു സംഭവത്തിൻ്റെ ബാക്കിയാണെന്നു പറഞ്ഞാൽ... അതെങ്ങനെയാടോ?"

"എനിക്കറിയില്ല. എന്തായാലും എനിക്കു നല്ല പേടിയുണ്ട്."

"താൻ പേടിക്കാതെടോ. ഇതു ചെയ്തവൻ ആരായാലും അവനെ ഞാൻ വെറുതെ വിടില്ല. എൻ്റെ ഐറിനെയും കൊന്നു കളഞ്ഞില്ലേ ആ ദുഷ്ടൻ."

ഇതും പറഞ്ഞ് മേശമേൽ ഇരുന്ന ബിയർ കുപ്പിയോടെ ടൈട്ടസ് വായിലേക്കൊഴിച്ചു. അത് മുഴുവൻ കുടിച്ച ശേഷം കാലികുപ്പി

മേശമേൽ വച്ചു.

"മനു ആകെ തളർന്നു പോയി. അവനെ എങ്ങനെ ആശ്വസിപ്പിക്കണമെന്ന് അറിയില്ല." ഉവൈസ് അല്പം സങ്കടത്തോടെ പറഞ്ഞു.

" അപ്പച്ചൻ ഉണ്ടായിരുന്നെങ്കിൽ ഇങ്ങനൊന്നും സംഭവിക്കില്ലായിരുന്നു."

ടൈറ്റസ് എന്തോ ഓർത്തിട്ടെന്ന പോലെ പറഞ്ഞു.

"ശരിയാ... ഐസക്കിച്ചായൻ്റെ ആ ഒരു തൻ്റേടമൊന്നും മക്കൾക്ക് കിട്ടിയില്ല. ഇച്ചായൻ വെട്ടിപ്പിടിച്ചെടുത്തതല്ലേ ഈ കാണുന്ന സ്വത്തെല്ലാം."

"എന്തായാലും നമ്മളിനി വെറുതെ ഇരുന്നിട്ട് കാര്യമില്ല. നീയാ സതീശനെ വിളിച്ച് ഒന്നന്വേഷിക്കാൻ പറ."

"ആ... അത് ഞാനിപ്പോ തന്നെ പറഞ്ഞേക്കാം. ന്നാ ഞാനങ്ങ് ചെല്ലട്ടെ." ഇരുന്നിടത്തു നിന്ന് എഴുന്നേറ്റു കൊണ്ട് ഉവൈസ് പറഞ്ഞു.

" എന്തെങ്കിലുമുണ്ടെങ്കിൽ വിളിക്കണം. പിന്നെ...... സൂക്ഷിക്കണം." ടൈറ്റസ് ഇതും പറഞ്ഞ് ഉവൈസിനെ യാത്ര അയച്ചു.

ബാറിൽ നിന്നും പുറത്തിറങ്ങിയ ഉവൈസ് ഫോൺ ഡയൽ ചെയ്ത് ചെവിയിൽ വച്ചു.

" സതീശാ.... ശരിക്കൊന്ന് അന്വേഷിക്കണം. പിന്നെ ഞാൻ പറഞ്ഞത് മറക്കണ്ട. മറ്റേ കാര്യം ടൈറ്റസ് അറിയണ്ട. അത് നമ്മൾ മാത്രം അറിഞ്ഞാ മതി. എന്തെങ്കിലും വിവരം കിട്ടിയാ ഉടനെ വിളിച്ചു പറയണം." ഫോൺ കട്ട് ആയ ശേഷം ഉവൈസ് തിരക്കു നിറഞ്ഞ കൊച്ചി നഗരത്തെ നോക്കി അല്പം ഭീതിയോടെ ആ ബാറിൻ്റെ വരാന്തയിൽ നിന്നു.

# 12

**അധ്യായം 12**

എമിയും, താരയും സിറ്റിയിലെ ഒരു മാളിൽ നിൽക്കുകയായിരുന്നു. അവർ ഇരുവരും പലതരം dressഉകൾ കയ്യിലെടുത്ത് തങ്ങളുടെ ശരീരത്തോടു ചേർത്ത് പിടിച്ചു കണ്ണാടിയിൽ നോക്കിക്കൊണ്ടിരിക്കവെ എമിയുടെ കണ്ണാടിയിൽ അവൾക്ക് പിന്നിലായി സിദ്ധാർഥ് നിൽക്കുന്നത് കണ്ടു. അതു വരെ ചിരിച്ചുകൊണ്ടിരുന്ന എമിയുടെ ചുണ്ടുകൾക്ക് ചെറുതായൊന്ന് മങ്ങലേറ്റു. അവൾ കണ്ണാടിയിൽ നിന്നും മുഖം തിരിച്ച് അവനെ കണ്ട സ്ഥലത്തേക്ക് നോക്കി. സിദ്ധാർഥ് അവിടെ ടി ഷർട്ട് തിരയുകയായിരുന്നു. അപ്പോഴാണ് ഒരു സ്ത്രി കയ്യിലൊരു കുട്ടിയുമായി അവൻ്റെ അടുത്തു കൂടി നടന്നു പോയത്. ആ സ്ത്രീയുടെ കയ്യിൽ ഉണ്ടായിരുന്ന ഒരു കവർ അവൻ്റെ പിന്നിൽ എത്തിയപ്പോൾ നിലത്ത് വീണു. ശബ്ദം കേട്ട് തിരിഞ്ഞു നോക്കിയ സിദ്ധാർഥ് സ്ത്രീയുടെ കയ്യിൽ കുട്ടി ഇരിക്കുന്നത് കണ്ട് നിലത്തു കിടന്ന കവർ അവൻ തന്നെ എടുത്ത് ആ സ്ത്രീയെ ഏൽപ്പിച്ചു. ശേഷം അവൻ തിരിഞ്ഞതും എമി തന്നെ നോക്കി നിൽക്കുന്നത് കണ്ടു. ഉടനെ തന്നെ കയ്യിലുണ്ടായിരുന്ന ടി ഷർട്ട് അവിടെ തന്നെ തൂക്കിയിട്ട് മുഖത്തൊരല്പം പരിഭ്രമത്തോടെ അവൻ തിരിഞ്ഞു നടന്നു. ഇത് കണ്ട എമിക്ക് അത്ഭുതം തോന്നി. അവളുടെ ചുണ്ടുകൾ വീണ്ടും പുഞ്ചിരി തൂകി.

താരയുടെ ഫോൺ നിർത്താതെ ബെല്ലടിക്കുന്നതു കേട്ടാണ് എമി തിരിഞ്ഞു നോക്കിയത്. താര ബാഗിൽ നിന്നും ഫോൺ കയ്യിലെടുത്തു . 'ACP David' എന്ന് അതിൽ തെളിഞ്ഞു കണ്ടു. താര എമിയെ ഒന്ന് നോക്കിയ ശേഷം കോൾ അറ്റന്റു ചെയ്തു.

"ഹലോ സർ ,".... താര പറഞ്ഞു.

മറുവശത്തു നിന്നും ACP യുടെ വാക്കുകൾ കേട്ട് താരമൂളുകമാത്രം ചെയ്തു കൊണ്ടിരുന്നു. എന്താണ് സംഭവിച്ചതെന്ന് അറിയാനുള്ള ആകാംഷയോടെ എമി താരയുടെ മുഖത്തേക്ക് നോക്കി നിന്നു . കുറച്ചു നേരത്തെ സംഭാഷണത്തിന് ഒടുവിൽ ,

" ശരി സർ .. ഞങ്ങൾ ഉടനെ വരാം " എന്ന് പറഞ്ഞു കൊണ്ട് താര കോൾ കട്ടു ചെയ്തു.

മുഖത്തൊരു ആശങ്കയോടെ തന്നെ നോക്കി നിൽക്കുന്ന എമിയുടെ നേരെ നോക്കി താര പറഞ്ഞു ....

"ആ ACP ക്ക് നമ്മളെ ഒന്ന് കാണണമെന്ന് ...."

"എന്തിനാണാവോ ....? "

" നാഥാന്റെ കേസിനെപ്പറ്റി എൻക്വയറിയാണെന്നാ പറഞ്ഞത്...."

" ആ ... എന്തായാലും വാ .... പോയി നോക്കാം ...."

"മ്...."

എമിയും, താരയും താരയുടെ കാറിൽ കയറി ഡേവിഡിനെ കാണാൻ പുറപ്പെട്ടു.

പച്ച പരവതാനി വിരിച്ച ഒരു വലിയ മൈതാനത്തിൽ ആ വണ്ടി ചെന്നു നിന്നു. എമിയും താരയും കാറിൽ നിന്നും ഇറങ്ങി. ആ മൈതാനത്തിന്റെ ഒരറ്റത്തായി ഡേവിഡും കൂടെ രണ്ടു പേരും നിൽക്കുന്നത് അവർ കണ്ടു. അവർ രണ്ടു പേരും ഡേവിഡ് നിൽക്കുന്നിടം ലക്ഷ്യമാക്കി നീങ്ങി. അധികം വൈകാതെ തന്നെ ഡേവിഡിന്റെ കൂടെ നിൽക്കുന്ന രണ്ടു പേരെ അവർ തിരിച്ചറിഞ്ഞു. എമിയും താരയും പരസ്പരം നോക്കി. അവർ അറിയാതെ തന്നെ ആ പേരുകൾ ഉച്ചരിച്ചു.

"മനു.. ഏഞ്ചലീന " ....

" ഇവരെന്താ ഇവിടെ?"

അവരെ രണ്ടു പേരെയും നോക്കിക്കൊണ്ട് എമി ചോദിച്ചു.

"ഇനി ഇവരായിരിക്കുമോ കൊന്നത് ....?"

താര അൽപ്പം ഉത്കണ്ഠയോടെ ചോദിച്ചു.

"ദേ .... ആ ACP നമ്മളെ നോക്കുന്നുണ്ട് , വേഗം വാ...."

അവർ രണ്ടു പേരും കൈകോർത്തുപിടിച്ച് അൽപ്പം പരിഭ്രമത്തോടെ ACP യുടെ അടുത്ത് ചെന്ന് നിന്നു.

ACP ഡേവിഡ് പുറം തിരിഞ്ഞ് നിൽക്കുകയായിരുന്നു. താരയും എമിയും വന്നത് കണ്ട് മനുവും ഏഞ്ചലീനയും അവരുടെ അടുത്തേക്ക് വന്നു നിന്നു. ഡേവിഡ് ഒരു ദീർഘശ്വാസം വിട്ട ശേഷം അവരുടെ നേരെ തിരിഞ്ഞു നിന്നു നാലുപേരെയും മാറി മാറി നോക്കിയ ശേഷം ഡേവിഡ് എല്ലാവരോടുമായി ചോദിച്ചു.

" നാഥാന്റെ വീട്ടിൽ പാർട്ടി നടക്കുമ്പോൾ അസ്വാഭാവികമായി എന്തെങ്കിലും അല്ലെങ്കിൽ ആരെയെങ്കിലും നിങ്ങൾ കണ്ടിരുന്നോ ? "

ചോദ്യം കേട്ടതും അവർ നാലു പേരും പരസ്പരം മുഖത്തടു മുഖം നോക്കി.

" ഇല്ല സർ ... അന്ന് നാഥാന്റെ . ബർത്ത്ഡേ പാർട്ടി സെലിബ്രേറ്റ് ചെയ്യുകയായിരുന്നു. ഓഫീസിലുള്ള വർ മാത്രമാണ് പാർട്ടിയിൽ ഉണ്ടായിരുന്നത് " ... മനു പറഞ്ഞു.

"ഓഫീസിലുണ്ടായിരുന്ന എല്ലാവരും പാർട്ടിയിൽ പങ്കെടുത്തിരുന്നോ?" ഡേവിഡ് ചോദിച്ചു.

"മാനുവൽ സാർ ഒഴികെ എല്ലാവരും ഉണ്ടായിരുന്നു സർ " . താര പറഞ്ഞു.

" മാനുവേൽ എന്താ പാർട്ടിക്ക് ?"

ആ ചോദ്യം എമിയോടായിരുന്നു.

"സാറിന് ഒരു മീറ്റിംഗ് ഉണ്ടായിരുന്നു " . എമി മറുപടി നൽകി.

" താനല്ലേ മാനുവലിന്റെ പേഴ്സണൽ സെക്രട്ടറി ? എന്നിട്ടെന്താ താൻ കൂടെ പോകാതിരുന്നേ ..?"

എമിക്ക് നേരെ ഡേവിഡ് അടുത്ത ചോദ്യമുയർത്തി.

" അതെന്തോ പേഴ്സണൽ മീറ്റിംഗ് ആണെന്നും, എന്നോട് വരേണ്ടെന്നും പറഞ്ഞു. "

" നാഥാൻ തന്നെ പ്രപ്പോസ് ചെയ്തിരുന്നല്ലേ ...?"

ഡേവിഡിന്റെ ആ ചോദ്യം കേട്ട് ബാക്കി മൂന്ന് പേരും ഞെട്ടലോടെ എമിയെ നോക്കി. എമി അവരെ ഒന്ന് നോക്കി ഒരു കുറ്റബോധത്താൽ എന്ന പോലെ തല കുനിച്ചു.

ഡേവിഡ് എമിയെ നോക്കി. മനസ്സിൽ എന്തോ ഒളിപ്പിച്ചിട്ടെന്ന പോലെ ഒന്ന് ആക്കി ചിരിച്ചു കൊണ്ട് അവരുടെ മുൻപിലൂടെ അങ്ങോട്ടും ഇങ്ങോട്ടും നടന്നു. പെട്ടന്ന് തന്റെ നടത്തം നിർത്തി തിരിഞ്ഞു നോക്കിക്കൊണ്ട് ഡേവിഡ് അടുത്ത ചോദ്യം ഉന്നയിച്ചു ...

" നാഥാന് ആരെങ്കിലും ശത്രുക്കൾ ഉള്ളതായി നിങ്ങൾക്കറിയാമോ ? നിങ്ങളല്ലേ അവന്റെ ബെസ്റ്റ് ഫ്രണ്ട്സ് ?..."

" ഞങ്ങളുടെ അറിവിൽ ഇല്ല സാർ... അവൻ എല്ലാവരോടും നല്ല പെരുമാറ്റമായിരുന്നു... ആർക്കും അവനോടൊരു ശത്രുത തോന്നേ ണ്ട കാര്യമില്ല. " ഏഞ്ചലീനയാണ് മറുപടി പറഞ്ഞത്.

" അതേ സർ ... അവൾ പറഞ്ഞത് ശരിയാ... നാഥാൻ ഒരു പാവമായിരുന്നു...." ഏഞ്ചലീന പറഞ്ഞതിനെ അനുകൂലിച്ചിട്ടെന്ന പോലെ മനുവും പറഞ്ഞു.

"മ്... ന്നാ ശരി നിങ്ങളു വിട്ടോ... ഇനി എന്തെങ്കിലുമുണ്ടെങ്കിൽ ഞാൻ വിളിപ്പിക്കാം..."

ഡേവിഡ് ഇതു പറയുമ്പോൾ അയാളുടെ ഫോൺ ബെല്ലടിക്കുന്നുണ്ടായിരുന്നു. ഡേവിഡ് അൽപ്പമൊന്ന് മാറി നിന്ന ശേഷം ഫോൺ അറ്റന്റു ചെയ്തു . എമിയും കൂട്ടരും തിരിഞ്ഞു നടന്നു. അതിനിടയിൽ താര എമി യെ പിടിച്ചു നിർത്തിക്കൊണ്ട് ചോദിച്ചു ...

"എടീ കോപ്പേ .... അവൻ നിന്നെ പ്രൊപ്പോസ് ചെയ്ത കാര്യം നീയെന്താ ഞങ്ങളോട് പറയാതിരുന്നത് ?"

താരയുടെ മുഖത്തെ രൗദ്ര ഭാവം കണ്ട് എമി സമാധാനിപ്പിക്കുന്ന തരത്തിൽ പറഞ്ഞു....

" എടീ ... അതങ്ങനെയല്ല... ആ പാർട്ടീടെ യന്ന് ലഞ്ച് ബ്രേക്കിനാണ് അവൻ എന്നോട് ഇക്കാര്യം പറയുന്നത്. പിന്നെ വർക്കും പാർട്ടിയുമൊക്കെയായി ഞാനതങ്ങ് മറന്നു. ഇപ്പോ ആ AC P പറയുമ്പോഴാ ഞാൻ പിന്നെയും അത് ഓർക്കുന്നത്. "

അപ്പോഴാണ് താര ഒന്ന് സമാധാനപ്പെട്ടത്. അവർ എല്ലാവരും താരയുടെ കാറിൽ കയറി.

ഡേവിഡ് ഫോൺ ചെവിയിൽ വച്ചു കൊണ്ട് മറുപുറത്തെ ആൾ പറയുന്നത് കേട്ടുകൊണ്ടെന്ന പോലെ വളരെ ശ്രദ്ധയോടെ നിൽക്കുന്നു. അൽപ്പനേരം കഴിഞ്ഞ്

" അപ്പോൾ എന്റെ ഊഹം തെറ്റിയില്ല...ഞാനിതാ വരുന്നു ... നമുക്കുടനെ മാനുവലിനെ പോയി കാണണം."

ഡേവിഡ് സ്റ്റേഷനിലെത്തി വണ്ടി നിർത്തി ഇറങ്ങി. ദീപക് അയാളെ കാത്ത് സ്റ്റേഷന് പുറത്ത് നിൽക്കുന്നുണ്ടായിരുന്നു. ദീപക്കിന്റെ കയ്യിലെ ഫയൽ അയാൾ ഡേവിഡിന് നേരെ നീട്ടി.

ഡേവിഡ് ഫയൽ തുറന്ന് വേഗത്തിൽ മറിച്ചു നോക്കിയ ശേഷം അത് തിരികെ ദീപക്കിനെ ഏൽപ്പിച്ചു കൊണ്ട്

"യെസ് " എന്ന് ആക്രോശിച്ചുകൊണ്ട് ദീപക്കിന്റെ കണ്ണുകളിൽ നോക്കി. ദീപക് ഒരു പുഞ്ചിരി മാത്രം നൽകി.

സമയം രാത്രിയായി. ഹാളിലെ സോഫയിൽ കിടന്ന് മയങ്ങുകയായിരുന്നു മാനുവേൽ . പുറത്തെ ഇടിയുടെയും മഴയുടെയും ശബ്ദം നേരിയ തോതിൽ ആ ഹാളിലും കേൾക്കാമായിരുന്നു. പെട്ടന്ന് മാനുവേലിനെ മയക്കത്തിൽ നിന്നും ഉണർത്തിക്കൊണ്ട് കോളിംഗ് ബെൽ നിർത്താതെ ശബ്ദിച്ചു. മാനുവേൽ ഞെട്ടിയുണർന്നു. താൻ കിടക്കുന്ന സോഫയ്ക്ക് പിന്നിലെ ജനൽ ചില്ലിലൂടെ കർട്ടൻമാറ്റി പുറത്തേക്ക് നോക്കി. മുറ്റത്ത് കിടക്കുന്ന പോലീസ് ജീപ്പ് കണ്ടതും മാനുവേൽ വേഗം ചെന്ന് വാതിൽ തുറന്നു.

ഡേവിഡും ദീപക്കും അൽപ്പം നനഞ്ഞ യൂണിഫോമുമായി അകത്തേക്ക് കടന്നുവന്നു. ഡേവിഡും ദീപക്കും സോഫയിലും മാനുവേൽ സോഫയുടെ എതിർവശത്തായി ഇട്ടിരുന്ന കസേരയിലും ഇരുന്നു. ഡേവിഡ് ദീപക്കിന്റെ കയ്യിൽ നിന്നും ഫയൽ വാങ്ങി അത് മറിച്ചു കൊണ്ടിരിക്കവേ മാനുവേലിനോടായി പറഞ്ഞു .....

" ഇൻഫിനിറം... ഈ പേരിടാൻ എന്തെങ്കിലും കാരണമുണ്ടോ?"

" ഞാനന്ന് പറഞ്ഞില്ലേ സർ .... ചിറ്റാറിലെ കമ്പനി വിട്ട ശേഷം ഞങ്ങൾ ഇവിടെ വന്ന് സെറ്റിലായി. അപ്പച്ചന്റെ മിസ്സിംഗിനു ശേഷം കമ്പനി വളർത്തിയെടുക്കാൻ ഞങ്ങളെ കുറേ പേർ സഹായിച്ചു. അങ്ങനെ അവരെല്ലാം ഈ കമ്പനിയുടെ പാർട്ട്ണേഴ്സ് ആയി. എന്റേയും പാർട്ട് ണേഴ്സിന്റേയും പേരിന്റെ ഫസ്റ്റ് ലെറ്റർ വെച്ച് കമ്പനിക്ക് പേരിടാൻ തീരുമാനിച്ചു. അപ്പച്ചന്റെ പേരു കൂടി അതിൽ ചേർക്കണമെന്നുണ്ടായിരുന്നു. അങ്ങനെ ഞങ്ങൾ കണ്ടെത്തിയ പേരാണ് INFINITUM

I - Isach<br>
N - Nova

F - Freddy
I - Irin
N - Nadhan
I - Iliya
T - Titus
U - Uvais
M - Manuel"

മാനുവേൽ ഇത്രയും പറഞ്ഞതും ഡേവിഡിന്റെ ഫോൺ റിംഗ് ചെയ്തു. കോൾ അറ്റന്റു ചെയ്ത ഡേവിഡിന്റെ മുഖത്ത് അൽപം ആശങ്കയും പരിഭ്രമവും നിഴലിച്ചു. കോൾ കട്ടു ചെയ്ത അയാൾ ആകെ അസ്വസ്ഥനായി പറഞ്ഞു ...

"ഇലിയയുടെ ബോഡി കണ്ടെത്തി. അവരുടെ വീട്ടിൽ തന്നെ....."

" ഓ... ഗോഡ്....! " മാനുവേൽ ആശ്ചര്യത്തോടെ പറഞ്ഞു പോയി.

"എന്തായാലും താനും സൂക്ഷിക്കണം. എന്റെ ഊഹം ശരിയാണെങ്കിൽ കൊലയാളിയുടെ അവസാനത്തെ ഇര താനാണ്. "

ഡേവിഡ് മാനുവേലിനോട് ഒരു വാണിംഗ് എന്ന പോലെ പറഞ്ഞു.

"സർ.... പറഞ്ഞു വരുന്നത് ...."

മാനുവേൽ അത് മുഴുമിപ്പിക്കുന്നതിന് മുൻപേ ഡേവിഡ് ഇരുന്നിടത്തു നിന്നും എഴുന്നേറ്റ് മാനുവേലിനു നേരെ കൈനീട്ടി. മാനുവേലും എഴുന്നേറ്റ് നിന്ന് ഡേവിഡിന് കൈ കൊടുത്തു. ദീപക്കും സോഫയിൽ നിന്നും എഴുന്നേറ്റു.

" ഞങ്ങൾ ഇനിയും വരും ... കുറച്ച് കാര്യങ്ങൾ കൂടി അറിയാനുണ്ട്.... പ്രൊട്ടക്ഷൻ വേണമെങ്കിൽ പറയണം ... രണ്ട് പോലീസുകാരെ അറേഞ്ച് ചെയ്യാം ... "

കൈ കൊടുക്കുന്നതിനിടയിൽ ഡേവിഡ് പറഞ്ഞു .

" ഇറ്റ്സ് ഓക്കെ സർ. "

മാനുവേൽ ഉള്ളിലെ ഭയം പുറത്തു കാണിക്കാതെ പറഞ്ഞു.

ഡേവിഡും ദീപക്കും വാതിൽ തുറന്ന് പുറത്തേയ്ക്കിറങ്ങി.

ആ രാത്രി മഴ പെയ്തു കിടക്കുന്ന റോഡിലൂടെ ഡേവീഡിന്റെ വണ്ടി വേഗത്തിൽ പാഞ്ഞു.

അലങ്കാര ബൾബുകൾ മിന്നി നിൽക്കുന്ന ഒരു വീടിന്റെ മുറ്റത്ത് ആ ജീപ്പ് ചെന്നു നിന്നു . കുറച്ചാളുകളും പോലീസുകാരും അവിടെ നിൽക്കുന്നുണ്ടായിരുന്നു. ഡേവിഡ് വണ്ടിയിൽ നിന്നും പുറത്തിറങ്ങി. ഒപ്പം ദീപക്കും. അവർ ഇരുവരും വീടിനകത്തേക്ക് കയറിച്ചെന്നു. അവിടെ ഹാളിലായി ഇലിയയുടെ ബോഡി കസേരയിൽ കെട്ടിയിട്ട രീതിയിൽ കിടക്കുന്നതായവർ കണ്ടു. നെഞ്ചിന്റെ ഭാഗത്തായി ചോര പടർന്നെങ്കിലും 'ഐ' എന്ന അക്ഷരം വ്യക്തമായി കാണാമായിരുന്നു. ഡേവിഡ് അടുത്തു ചെന്ന് ബോഡി പരിശോധിച്ചു. ഇരു കൈകളിലുമായി മൂന്ന് മുറിവുകൾ അദ്ദേഹത്തിന്റെ ശ്രദ്ധയിൽ പെട്ടു. തലയിൽ നിന്നും തൊപ്പി എടുത്തു മാറ്റി മുഖത്ത് ഒരു നിരാശയോടെ ഡേവിഡ് അവിടെ നിന്നു. ഉടനെ തന്നെ എന്തോ ഓർമ്മ വന്നതുപോലെ ഡേവിഡ് ധൃതിയിൽ തൊപ്പിയും വച്ച് ആ വീടിന് പുറത്തേക്ക് നടന്നു. അവിടെ നിന്ന ദീപക്കിനേയും വിളിച്ചു കൊണ്ട് വണ്ടിക്കരികിലേക്ക് ചെന്നു.

" ദീപക്ക് .... ഉടനെ തന്നെ ടൈറ്റസിനെ കണ്ടെത്തണം.... അയാളെയെങ്കിലും നമുക്ക് രക്ഷിച്ചേ പറ്റൂ .... വീ ഡോണ്ട് ഹാവ് മച്ച് ടൈം..വേഗം കേറ്...."

ഇതും പറഞ്ഞ് ഡേവിഡ് ഡ്രൈവിംഗ് സീറ്റിലേക്ക് ധൃതിയിൽ കയറിയിരുന്നു. മറുവശത്തെ ഡോറിലൂടെ ദീപക്കും വണ്ടിയിൽ കയറി. ഡേവിഡ് വളരെ വേഗത്തിൽ ഓടിച്ചു പോയി. അതിനിടയിൽ ദീപക് ആരെയോ ഫോണിൽ കോൺടാക്ട് ചെയ്യാൻ ശ്രമിക്കുന്നുണ്ടായിരുന്നു.

"സർ.... ടൈറ്റസിന്റെ ഫോൺ സ്വിച്ചോഫാണ്. " ദീപക് ഫോൺ ചെവിയിൽ നിന്നും എടുത്ത ശേഷം പറഞ്ഞു.

"ന്നാ ... നമുക്കയാളുടെ വീട്ടിലൊന്ന് പോയി നോക്കാം. " .... ഡേവിഡ് വണ്ടി ഓടിക്കുന്നതിനിടയിൽ പറഞ്ഞു.

ടൈറ്റസിന്റെ വീട്ടിൽ അവർ എത്തിച്ചേർന്നു. എന്നാൽ വീട് പൂട്ടി കിടക്കുകയായിരുന്നു. അയൽക്കാരനായ ഒരാൾ ഗേറ്റിന് സമീപം വന്ന് പറഞ്ഞു.

" അങ്ങേര് അവിടെയില്ല.... ഭാര്യ മരിച്ച ശേഷം ഫുൾ വെള്ളമടിയാണ്.... ഇപ്പോ ബാറിൽ കാണും ...."

ഇതു കേട്ടതും ഡേവിഡും ദീപക്കും വണ്ടിയിൽ കയറി.

ടൈറ്റസ് സ്ഥിരമായി കുടിക്കാറുള്ള ബാറിൽ അവരെത്തി. അവിടെ മുഴുവൻ തിരഞ്ഞെങ്കിലും ടൈറ്റസിനെ അവർക്കവിടെ കണ്ടെത്താൻ സാധിച്ചില്ല. ഒടുവിൽ റിസപ്ഷനിൽ അന്വേഷിച്ചു നോക്കിയപ്പോൾ അവിടെയുണ്ടായിരുന്ന ഒരാൾ പറഞ്ഞു ...

"അയാൾ മൂക്കറ്റം കുടിച്ച് ബഹളം വച്ച് കുറച്ച് മുന്നേ ഒരാൾ വന്ന് കൂട്ടി കൊണ്ടുപോയി. ഡ്രൈവർ ആണെന്നാ പറഞ്ഞേ ... "

ഡേവിഡും ദീപക്കും പരസ്പരം സംശയ രൂപത്തിൽ നോക്കി. അവർ ഉടനെ തന്നെ ബാറിന് പുറത്തിറങ്ങി വണ്ടിയിൽ കയറി. ദീപക് വണ്ടിയിൽ ഇരുന്നു കൊണ്ട് മറ്റ് പോലീസുകാർക്കെല്ലാം ടൈറ്റസിന്റെ വണ്ടിയെക്കുറിച്ചുള്ള ഇൻഫർമേഷൻ കൊടുത്തു കൊണ്ടിരുന്നു.

ഇരു വശത്തും കാട് നിറഞ്ഞ ഒരു റോഡിലൂടെ അവരുടെ വണ്ടി നീങ്ങിക്കൊണ്ടിരിക്കവെ ഡേവിഡ് പെട്ടന്ന് വണ്ടിനിറുത്തി. ദീപക് ഡേവിഡിനെ നോക്കി.

"എന്തുപറ്റി സർ ....?"

ഡേവിഡ് ഒന്നും പറയാതെ വണ്ടി അൽപ്പം പുറകോട്ടെടുത്തു. അവരുടെ ഇടതുവശത്തായി മണ്ണിട്ട ഒരു ഇടവഴിയിൽ ടൈറ്റസിന്റെ വണ്ടി കിടക്കുന്നതായി കണ്ടു.

അവർ ഇരുവരും വണ്ടിയിൽ നിന്നും ഇറങ്ങി. അൽപ്പം ആശങ്കയോടെ തോക്കും കയ്യിലെടുത്ത് ആ കാറിനടുത്തേക്ക് നടന്നുനീങ്ങി. കാറിന്റെ അടുത്തെത്തിയതും അവർ രണ്ടു വശങ്ങളിലേക്കായ് പിരിഞ്ഞു. ഡ്രൈവർ സീറ്റിന്റെ ഡോറിനരികിൽ ഡേവിഡും, മറുവശത്ത് ദീപക്കും എത്തി. അവർ ഗ്ലാസിലൂടെ ഉള്ളിലേക്ക് നോക്കി. അത്ര വ്യക്തമല്ലാത്ത രീതിയിൽ അകത്താരോ ഉള്ളതായി അവർ കണ്ടു. ഉടനെ തന്നെ അവർ രണ്ട് ഡോറും തുറന്ന് അകത്തേക്ക് നോക്കി. രണ്ട് സീറ്റുകളുടെ നടുവിലായി രണ്ട് കാലുകൾ അവർ കണ്ടു. ശരീരത്തിന്റെ ബാക്കി പിൻസീറ്റിലേക്കായിരുന്നു. പിൻസീറ്റിൽ നിന്നും ഊർന്ന് വന്ന നിലയിലാണ് ബോഡി കിടന്നിരുന്നത്. ഡേവിഡ് തന്റെ തൊപ്പിയഴിച്ച് സീറ്റിൽ അടിച്ചു കൊണ്ട് ആക്രോശിച്ചു.

" ഷിറ്റ് " ...

ദീപക്ക് മറ്റ് പോലീസുകാരെ വിവരമറിയിച്ചു.

പിറ്റേ ദിവസം രാവിലെ ഡി ജി പി മോഹൻദാസിന്റെ ഓഫീസിൽ അയാളുടെ മുൻപിലുള്ള കസേരയിൽ ഡേവിഡ് കയ്യിലൊരു ഫയലുമായി ഇരിക്കുന്നു.

" എന്താ ഡേവിഡ് ഇത് ..? നിങ്ങൾ എന്താണ് ചെയ്യുന്നത്....?"

ഡി ജി പിയുടെ ചോദ്യം അൽപ്പം ദേഷ്യത്തിൽ തന്നെയായിരുന്നു.

" സർ, ഞങ്ങൾ ശ്രമിക്കാഞ്ഞിട്ടല്ല. നൈറ്റ് പെട്രോളിംഗ് ഇത്രേം സ്ട്രോങ്ങായിട്ടും അവൻ വളരെ വിദഗ്ധമായി കൊലകൾ നടത്തുന്നു." ഡേവിഡ് കൺവിൻസ് ചെയ്യാൻ ശ്രമിച്ചു.

"നിങ്ങൾ ശ്രമിക്കാഞ്ഞിട്ടല്ലെന്നല്ല ഞാൻ പറഞ്ഞത്.. ബട്ട് ഇത്രേം നാളായിട്ടും കൊലയാളിയെക്കുറിച്ച് ഒരു ക്ലൂ പോലും കിട്ടിയില്ലെന്നു പറഞ്ഞാൽ ...? മുകളിൽ നിന്നും പ്രഷർ എനിക്കാണ്. "

"സാറിൻ്റെ ഫീലിംഗ്സ് എനിക്ക് മനസ്സിലാവും. എന്തായാലും കൊലയാളിയുടെ ടാർഗെറ്റ് ' ഇൻഫിനിറ്റം' ആണ്. അതുമായി ബന്ധപ്പെട്ട ആരോ ആണ് ഇതിനു പിന്നിൽ. സർ എനിക്ക് കുറച്ചു കൂടി സമയം തരണം. ചില കാര്യങ്ങൾ കൂടി അറിയാനുണ്ട്. വിതിൻ ടൂ ഡെയ്സ് ഞാൻ പ്രതിയെ പിടിച്ചിരിക്കും."

"ഓകെ... എന്തായാലും കുറച്ച് വേഗം വേണം."

" യെസ് സർ..."

ഡി.ജി.പി യെ സല്യൂട്ട് ചെയ്ത ശേഷം ഡേവിഡ് മുറിയിൽ നിന്നും പുറത്തേക്കു വന്നു. ദീപക് അവിടെ കാത്തു നിൽക്കുന്നുണ്ടായിരുന്നു.

"എന്തായി സർ?" ദീപക് ചോദിച്ചു.

"നമുക്കൊരാളെ പൊക്കാനുണ്ട് '" ഡി .ജി.പി ഓഫീസിനു പുറത്ത് വിദൂരതയിലേക്ക് നോക്കി നിന്നു കൊണ്ട് ഡേവിഡ് പറഞ്ഞു.

# 13

**അധ്യായം 13**

ഡേവിഡിൻ്റെ വണ്ടി പോലിസ് സ്റ്റേഷൻ്റെ മുറ്റത്തു വന്ന് നിന്നതും ദീപക് സ്റ്റേഷൻ്റെ അകത്ത് നിന്നും മുറ്റത്തേക്ക് ഇറങ്ങി വന്നു

"സർ അയാളെ കിട്ടിയിട്ടുണ്ട്." ദീപക് പറഞ്ഞു.

" ഗുഡ്."

ഡേവിഡ് വേഗം സ്റ്റേഷൻ്റെ അകത്തേക്ക് പ്രവേശിച്ചു. അവിടെ കൈലി മുണ്ടും ഷർട്ടും ഇട്ട ഒരാൾ നിൽക്കുന്നുണ്ടായിരുന്നു.

"സതീശാ... നീയല്ലേ ഇന്നലെ ടൈറ്റസിനെ ബാറിൽ നിന്നും കൂട്ടിക്കൊണ്ട് പോയത്?"

ഡേവിഡ് സതീശൻ്റെ തോളിൽ കയ്യിട്ടു കൊണ്ട് ചോദിച്ചു.

" അതെ സർ... ഇന്നലെ രാത്രി ഉവൈസ് സാർ പറഞ്ഞിട്ടാണ് ഞാൻ ടൈറ്റസ് സാറിനെ കൂട്ടാനായി ബാറിൽ ചെന്നത്. സാർ നല്ല ഫിറ്റ് ആയിരുന്നു. പോകുന്ന വഴിക്ക് സാറിനു സിഗററ്റ് വേണമെന്ന് പറഞ്ഞു. ഞാൻ വണ്ടി നിർത്തി സിഗററ്റ് വാങ്ങി തിരിച്ചു വന്നപ്പോഴേക്കും ടൈറ്റസ് സാറ് വണ്ടി എടുത്തോണ്ട് പോയി."

" ടൈറ്റസ് തന്നെയാണോ വണ്ടി ഓടിച്ചത്? സതീശൻ ശരിക്ക് കണ്ടോ?"

" അതു പിന്നെ സാറേ ഗ്ലാസ്സ് കേറ്റിയിട്ടിരുന്നതു കൊണ്ട് ഓടിച്ചതാരാണെന്ന് കണ്ടില്ല. ഞാൻ കരുതി ടൈറ്റസ് സാർ ആയിരിക്കുമെന്ന്. വണ്ടിയിൽ വേറാരും ഇല്ലാരുന്നല്ലോ."

" ഉം.... അതിരിക്കട്ടെ.... സതീശന് ഈ ഇൻഫിനിറ്റം അയി എന്താ ബന്ധം?"

"രണ്ട് വർഷം മുമ്പാണ് ഞാൻ ഫ്രെഡ്ഡി സാറിൻ്റെ കൂടെ കൂടിയത്. കമ്പനിക്ക് പുറത്തെ ചില ഒത്തുതീർപ്പുകൾ ഒക്കെ ആയി. പിന്നീട് ടൈറ്റസ് സാറിനെയും ഉവൈസ് സാറിനെയും പരിചയപ്പെട്ടു. ഫ്രെഡ്ഡി സാർ മരിച്ച ശേഷം ഞാൻ പിന്നെ ഇങ്ങോട്ടങ്ങനെ വന്നിട്ടില്ല. ചിറ്റാർ ആയിരുന്നു. കഴിഞ്ഞ ദിവസം ഉവൈസ് സാർ എന്നെ വിളിച്ചിട്ട് ചിറ്റാറിൽ പണ്ട് താമസിച്ചിരുന്ന ഒരു കുരിയച്ചനെയും കുടുംബത്തെയും കുറിച്ചൊന്ന് അന്വേഷിക്കാൻ പറഞ്ഞു. ടൈറ്റസ് സാർ ഇത് അറിയണ്ടാന്നും പറഞ്ഞു. കുരിയച്ചനെക്കുറിച്ച് അന്വേഷിച്ചറിഞ്ഞ വിവരങ്ങൾ ഞാൻ ഉവൈസ് സാറിനെ വിളിച്ചു പറഞ്ഞു. അയാൾക്കൊരു മകളുണ്ടായിരുന്നു. അവളെ കുറിച്ച് കൂടുതൽ അന്വേഷിച്ച് ഫോട്ടോയും മറ്റും ശേഖരിച്ച് സാറിനെ ഏൽപ്പിക്കാൻ പറഞ്ഞു. അത് കൊടുക്കാൻ വേണ്ടിയാ ഞാനിന്നലെ വന്നത്. അത് കൊടുത്ത് തിരിച്ചു പോകാൻ നേരമാണ് ടൈറ്റസ് സാറിനെ കൂട്ടിക്കൊണ്ടു പോകാൻ ഉവൈസ് സാർ പറഞ്ഞത്. സത്യമായിട്ടും ഇതിൽ കൂടുതലൊന്നും എനിക്കറിയില്ല സാറേ."

" ആരാണീ കുരിയച്ചൻ? ഉവൈസിന് എങ്ങനെ അയാളെ അറിയാം? ഇപ്പോ എന്തിനാ അയാളെക്കുറിച്ച് അന്വേഷിക്കുന്നെ?"

" അതൊന്നും എനിക്കറിയില്ല സാറേ... എന്നോട് പറഞ്ഞ പണി ഞാൻ ചെയ്തു. കൂടുതലൊന്നും ഞാൻ അന്വേഷിച്ചില്ല."

"മ്..... ന്നാ ശരി. സതീശൻ പൊയ്ക്കോ. ഇനി എന്തെങ്കിലും ആവശ്യമുണ്ടെങ്കിൽ വിളിപ്പിക്കാം."

ഡേവിഡിനു നേരെ കൈ കൂപ്പി കാണിച്ചു കൊണ്ട് സതീശൻ പുറത്തേക്കു പോയി.

വീടിൻ്റെ കോളിംഗ് ബെൽ നിർത്താതെ ശബ്ദിക്കുന്നതു കേട്ട് സാബിത ഓടി വന്ന് ഡോർ തുറന്നു. ഡേവിഡും ദീപകും ഡോറിനു പുറത്ത് നിൽക്കുന്നുണ്ടായിരുന്നു. സാബിത അൽപം ആശ്ചര്യത്തോടെ അവരെ നോക്കി.

"സാബിത.... അല്ലേ?" ഡേവിഡ് ചോദിച്ചു.

" അതെ സാർ." അവൾ അല്പം പരിഭ്രമത്തോടെ മറുപടി നൽകി.

" ഉവൈസ് ഇല്ലേ ഇവിടെ?"

തുറന്ന ഡോറിൽ കൂടി അകത്തേക്ക് പ്രവേശിച്ചു കൊണ്ട് ഡേവിഡ് ചോദിച്ചു. പിന്നാലെ ദീപകും അകത്തേക്ക് കയറി.

" ഇല്ല സാറേ.... ഓര് ആരെയോ കാണാൻ പോയിരിക്യാ."

ഡേവിഡിനു നേരെ തിരിഞ്ഞു നിന്നവൾ മറുപടി നൽകി.

" എവിടേക്കാ പോയത്?"

" അതറിയില്ല."

" എപ്പോഴാ വരുന്നതെന്ന് പറഞ്ഞിരുന്നോ?"

" ഒന്നും പറഞ്ഞില്ല സാറേ ."

" ഉവൈസിൻ്റെ കയ്യിൽ ഫോൺ ഇല്ലേ?"

ഉണ്ട് എന്ന അർഥത്തിൽ അവൾ തലയാട്ടി.

" എന്നാ സാബിത ഒരു കാര്യം ചെയ്യ്. ഉവൈസിനെ വിളിച്ച് എവിടെയാ ഉള്ളതെന്ന് ഒന്ന് ചോദിക്ക്."

" ഉം.... ഇങ്ങളിരിക്ക്,... ഞാൻ ഇപ്പോ വിളിക്കാ."

ഇതും പറഞ്ഞ് സാബിത അകത്തെ മുറിയിലേക്ക് പോയി.

ഡേവിഡും ദീപകും തങ്ങൾ നിൽക്കുന്ന ഹാൾ മൊത്തത്തിൽ ഒന്ന് നിരീക്ഷിച്ചു. അപ്പോഴാണ് ടി പോയുടെ പുറത്തിരിക്കുന്ന ഫയൽ ഡേവിഡിൻ്റെ കണ്ണിൽ പെട്ടത്. ഡേവിഡ് ആ ഫയൽ എടുത്ത് മറിച്ചു നോക്കി. അയാളുടെ കണ്ണുകളിൽ അത്ഭുതം നിറഞ്ഞു. അത് കണ്ട ദീപകും ഫയലിലേക്ക് നോക്കി. രണ്ട് പേരും പരസ്പരം അത്ഭുതത്തോടെ നോക്കി നിൽക്കെ സാബിത അവിടേക്ക് വന്നു.

"ഓര് ടൗണില് പണിതോണ്ടിരിക്കണ മ്മടെ ഷോപ്പിങ് കോംപ്ലക്സിലിണ്ട്." അവൾ പറഞ്ഞു.

അത് കേട്ടതും ഡേവിഡും ദീപക്കും ഒന്ന് പരസ്പരം നോക്കി. അവർ ഇരുവരും ധൃതിയിൽ പുറത്തേക്കോടി.ഡോറിനടുത്തെത്തിയതും ഡേവിഡ് കയ്യിലുള്ള ഫയൽ ഒന്ന് നോക്കി.ശേഷം സാബിതയെ നോക്കി.

" ഇത് ഞാനെടുക്കുന്നുണ്ട് ." കയ്യിലെ ഫയൽ പൊക്കി കാണിച്ചു കൊണ്ട് പറഞ്ഞു.

സാബിത ഒന്ന് തലയാട്ടുക മാത്രം ചെയ്തു.

ഡേവിഡ് പുറത്തേക്ക് ഓടുന്നതും ധൃതിയിൽ ജീപ്പെടുത്തു പോകുന്നതും എല്ലാം അവൾ ഒന്നും മനസ്സിലാവാത്ത മട്ടിൽ നോക്കി നിന്നു.

പണി തീരാത്ത ഒരു വലിയ കെട്ടിടത്തിനു മുന്നിലായി ഡേവിഡിൻ്റെ വണ്ടി ചെന്ന് നിന്നു. ഡേവിഡ് വണ്ടിക്കകത്ത് ഇരുന്നു കൊണ്ട് തന്നെ മുന്നിലെ ഗ്ലാസ്സിലൂടെ പുറത്തേക്ക് നോക്കി.

കെട്ടിടത്തിൻ്റെ താഴെ ആൾക്കൂട്ടവും, മീഡിയയും, കുറച്ച് പോലീസുകാരും നിൽക്കുന്നുണ്ടായിരുന്നു. മുകളിലത്തെ നിലയിൽ 'ഡു നോട്ട് ക്രോസ്സ്' എന്നെഴുതിയ മഞ്ഞ ടേപ്പ് കെട്ടിയിരിക്കുന്നു. ഡേവിഡ് വണ്ടിയിൽ നിന്നും പുറത്തിറങ്ങിയതും കോൺസ്റ്റബിൾ രാഘവൻ അയാളുടെ അടുത്തേക്ക് ഓടി വന്നു.

"സർ വിളിച്ചു പറഞ്ഞ ഉടനെ ഞങ്ങൾ പുറപ്പെട്ടു. പക്ഷേ അപ്പോഴേക്കും ...."

അയാൾ അത് മുഴുമിപ്പിച്ചില്ല.

" ഉം...." ഡേവിഡ് കെട്ടിടത്തിനു മുകളിലേക്ക് നോക്കി ഒന്നു മൂളുക മാത്രം ചെയ്തു.

ശേഷം അവിടെ കൂടിയിരുന്ന മീഡിയയ്ക്കു പിടി കൊടുക്കാതെ മുകളിലത്തെ നിലയിലേക്ക് ഓടി കയറി. അവിടെ 'പോലീസ് ക്രോസ്സിൻ്റെ അകത്ത് ചോരയിൽ കുളിച്ചു കിടക്കുന്ന ഉവൈസിൻ്റെ ബോഡി കണ്ടു. നെഞ്ചിൽ 'യൂ' എന്ന അക്ഷരം അൽപം കടും നിറത്തിൽ കാണപ്പെട്ടു.വലതു കയ്യിൽ ഒരു മുറിവ് കാണപ്പെട്ടു. ഡേവിഡിൻ്റെ മുഖത്ത് അൽപം നിരാശ പ്രകടമായിരുന്നു. അയാൾ ഉടനെ തന്നെ ഫോൺ എടുത്ത് ആരെയോ വിളിക്കാൻ ശ്രമിച്ചു. എന്നാൽ മറുപുറത്തെ ആൾ കോൾ എടുക്കുന്നില്ലെന്ന് കേട്ടതും അയാളുടെ മുഖത്ത് നിരാശയും ദേഷ്യവും കലർന്നൊരു ഭാവം പ്രകടമായി. അയാൾ ദേഷ്യത്തോടെ ഫോൺ ചെവിയിൽ നിന്നെടുത്തു. ഡേവിഡ് ആ ബിൾഡിങ്ങിനു താഴെ എത്തിയതും ദീപക് അയാളെ കാത്ത് അവിടെ നിൽപ്പുണ്ടായിരുന്നു.

ഡേവിഡിനെ കണ്ടതും ദീപക് ആവേശത്തോടെ പറഞ്ഞു.

"സർ.. ഡോക്ടർ റോയ് വിളിച്ചിരുന്നു... ടൈറ്റസിൻ്റ ബോഡിയിൽ നിന്നും ഡ്രഗ് കണ്ടെത്താൻ കഴിഞ്ഞിട്ടില്ല. പക്ഷേ അയാളുടെ ബ്ലഡ്ഡിൽ ആൽക്കഹോൾ കണ്ടെൻ്റ് കൂടുതലാണ്."

"ഹും ....വെള്ളമടിച്ച് ബോധമില്ലാത്ത ടൈടസിനെ ഡ്രഗ് ഉപയോഗിച്ച് മയക്കേണ്ട ആവശ്യം അവൾക്കില്ലല്ലോ." ഡേവിഡ് ഉടനടി മറുപടി നൽകി.

" അവളോ? സർ ഉദ്ദേശിച്ചത് ..."

" യെസ്! ഇറ്റ്സ് ഷി.. കുരിയച്ചൻ്റെ മകൾ... മേരി."

അത്ഭുതം നിറഞ്ഞ കണ്ണുകളോടെ ദീപക് ഡേവിഡിനെ നോക്കി.

"നമുക്കിനി ഒട്ടും സമയം കളയാനില്ല. അവൾ തൻ്റെ ഇരകളെ അതി വേഗത്തിൽ വേട്ടയാടുന്നത്. അടുത്തത് മാനുവേലാണ്. അവളുടെ അവസാനത്തെ ഇര. ഇതാണ് നമ്മുടെ ലാസ്റ്റ് ചാൻസ്. കം.. ലെറ്റ്സ് ഗോ!" ഇതും പറഞ്ഞ് ഡേവിഡ് ധൃതിയിൽ വണ്ടിയുടെ ഡോർ തുറന്നു.

നേരം സന്ധ്യയോടടുത്തു. ഡേവിഡും ദീപക്കും ഇൻഫിനിറ്റത്തിലേക്ക് ഓടി കയറി. റിസപ്ഷനിൽ ഇരുന്ന യുവതിയോട് മാനുവേലിനെ പറ്റി അന്വേഷിച്ചു.

"മാനുവേൽ സർ ഒരു മീറ്റിങ്ങിന് പോയിരിക്കയാ." ആ യുവതി പറഞ്ഞു.

" എവിടെയാ മീറ്റിംഗ്?" ഡേവിഡ് ആവേശപൂർവ്വം പോദിച്ചു.

" ഇല്ല സർ... ഒന്നും പറഞ്ഞില്ല."യുവതി പറഞ്ഞു.

"വീട്ടുകാർക്കും അറിയില്ല, ഓഫീസിൽ ഉള്ളവർക്കും അറിയില്ല. പിന്നെ ഇയാളിത് എവിടെ പോയി?" ദീപക് സംശയത്തോടെ ചോദിച്ചു.

" അതാണ് എനിക്കും മനസ്സിലാവാത്തത്. അയാൾ എന്താണ് ആരോടും പറയാതെ പോയത്?" ഡേവിഡിൻ്റെ ഉള്ളിൽ പല ചോദ്യങ്ങളും ഉയർന്നു. അയാളുടെ മുഖത്ത് അത് പ്രകടമായിരുന്നു.

"മാനുവേൽ ഒറ്റക്കാണോ പോയിരിക്കുന്നത്?" ഡേവിഡ് എന്തോ ആലോചിച്ചിട്ടെന്ന പോലെ ചോദിച്ചു.

" അല്ല സർ... മാനുവേൽ സറിൻ്റെ പേഴ്സണൽ സെക്രട്ടറിയും ഉണ്ട് കൂടെ." യുവതി മറുപടി നൽകി.

"പേഴ്സണൽ സെക്രട്ടറിയോ?" ഡേവിഡ് അല്പം സംശയത്തോടെ ചോദിച്ചു.

" അതെ സർ. എമി. അവർ ഒരുമിച്ചാണ് മീറ്റിങ്ങുകൾക്കൊക്കെ പോകാറ്." യുവതി പറഞ്ഞതു കേട്ട് ഡേവിഡിൻ്റെ മുഖത്ത് ഒരു

സംശയം നിഴലിച്ചു.

" അവർ എപ്പോഴാ പോയേ?" ഡേവിഡ് ഉടനെ ചോദിച്ചു.

"ഈവനിങ് ഒരു 4:30 ആയിക്കാണും." അവൾ തൻ്റെ വാച്ചിലേക്ക് ഒന്നു നോക്കിയ ശേഷം പറഞ്ഞു.

" ഉം...." ഡേവിഡ് മനസ്സിൽ എന്തൊക്കെയോ കണക്കു കൂട്ടിയ മട്ടിൽ ഒന്നിരുത്തി മൂളി.

റിസപ്ഷനിലെ യുവതിയുടെ സഹായത്തോടെ ഇൻഫിനിറ്റത്തിലെ എല്ലാ സ്റ്റാഫുകളുടെയും ബയോഡാറ്റയും മറ്റു വിവരങ്ങളും ശേഖരിച്ചു.

സ്റ്റേഷനിലെത്തിയ ഡേവിഡ് ഇൻഫിനിറ്റത്തിൽ നിന്നു ശേഖരിച്ച പേപ്പറുകൾ മറിച്ചു നോക്കുന്നതിനിടയിൽ എമിയുടെ പ്രൊഫൈൽ അയാളുടെ ശ്രദ്ധയിൽ പെട്ടു. ഉടനെ ദീപക്കിൻ്റെ കയ്യിലുണ്ടായിരുന്ന ഫയൽ ഡേവിഡ് മേടിച്ചു തുറന്നു നോക്കി. അതിൽ എമിയുടെ ഒരു പഴയ ഫോട്ടോ ഉണ്ടായിരുന്നു. ആ ഫൈൽ ദീപകിനു നേരെ കാണിച്ചു കൊണ്ട് ഡേവിഡ് പറഞ്ഞു ;

" ഇത് ഉവൈസിൻ്റെ വീട്ടിൽ നിന്നു കിട്ടിയ മേരിയുടെ പ്രൊഫൈൽ."

അതിനു ശേഷം എമിയുടെ പ്രൊഫൈൽ കാണിച്ചു കൊണ്ട് പറഞ്ഞു;

"ഇത് ഇൻഫിനിറ്റത്തിൽ വർക്ക് ചെയ്യുന്ന എമിയുടെ പ്രൊഫൈൽ."

അതിൽ എമിയുടെ ഇപ്പോഴത്തെ ഫോട്ടോ ആണുണ്ടായിരുന്നത്.

ദീപക് രണ്ട് പ്രൊഫൈലും മാറി മാറി നോക്കി.

"സർ അപ്പോ മാനുവേൽ..." ദീപക് ആശങ്കയോടെ ചോദിച്ചു.

" എമി മേരി കുര്യൻ... ദിസ് ഈസ് ദി എൻ്റ് !" ഡേവിഡ് വിദൂരതയിലേക്ക് നോക്കി നിന്നുകൊണ്ട് ഉറച്ച സ്വരത്തിൽ പറഞ്ഞു.

ഡ്രൈവ് ചെയ്യുന്ന മാനുവേൽ തൻ്റെ അടുത്ത സീറ്റിലിരിക്കുന്ന എമിയെ ഒരു ചെറു പുഞ്ചിരിയോടെ ഇടക്കിടെ നോക്കുന്നുണ്ട്. അവൾ പക്ഷേ സൈഡിലെ ഗ്ലാസ്സിലൂടെ പുറത്തേക്ക് നോക്കി എന്തോ ആലോചനയിലായിരുന്നു.

" എന്താ ഇത്ര ആലോചിക്കാൻ?" മാനുവേൽ പതിയെ എമിയുടെ കയ്യിൽ പിടിച്ചു കൊണ്ട് ചോദിച്ചു.

എമി സ്വപ്നലോകത്തു നിന്ന് ഞെട്ടി എഴുന്നേറ്റ മട്ടിൽ മാനുവേലിനെ ഒന്നു നോക്കി. അവൾ തൻ്റെ കൈ മെല്ലെ മാനുവേലിൻ്റെ കയ്യിൽ നിന്നും വിടുവിച്ച് കാറ്റത്ത് പാറിക്കളിക്കുന്ന തൻ്റെ മുടിയിഴകൾ ചെവിക്കു പിന്നിലേക്ക് ഒതുക്കി വച്ചു കൊണ്ട് പറഞ്ഞു ;

" ഏയ് ഒന്നുല്ല.... ഞാൻ വെറുതെ......... അല്ല നമ്മളിതെങ്ങോട്ടാ പോകുന്നേ? എന്തോ സർപ്രൈസ് ആണെന്ന് പറഞ്ഞിട്ട് ?"

"സർപ്രൈസിന് ടൈം ആവുന്നല്ലേ ഉള്ളു. കുറച്ചു നേരം കൂടി ഒന്ന് വെയിറ്റ് ചെയ്യ്." മാനുവേൽ ചുണ്ടുകളിൽ ഒരു കള്ളച്ചിരിയുമായി പതിഞ്ഞ സ്വരത്തിൽ പറഞ്ഞു.

എമിയുടെ മുഖം തുടുത്തു. ചുണ്ടുകളിൽ പുഞ്ചിരി വിടർന്നു. അവൾ മെല്ലെ നാണത്താൽ തല താഴ്ത്തി ഇരുന്നു.

# 14

അധ്യായം 14

വൃത്താകൃതിയിലുള്ള വെള്ള പെയിൻ്റ് അടിച്ച വലിയൊരു വീടിൻ്റെ മുറ്റത്ത് ആ കാറ് ചെന്ന് നിന്നു. മാനുവേൽ കാറിൻ്റെ ഡോർ തുറന്ന് പുറത്തേക്കിറങ്ങി.ശേഷം എമിയുടെ ഡോറിനടുത്ത് ചെന്ന് അവൾക്കിറങ്ങാനായി അത് തുറന്നു കൊടുത്തു. ഹീൽസണിഞ്ഞ അവളുടെ പാദങ്ങൾ മുറ്റത്തെ ടൈൽസിൽ പതിച്ചു. ആ വലിയ വീടിൻ്റെ ചിത്രം അവളുടെ തിളങ്ങുന്ന കണ്ണുകളിൽ പ്രതിഫലിച്ചു.

" ആരുടെയാ ഈ വീട്?" പുറത്തിറങ്ങി കാറിൻ്റെ ഡോറിൽ പിടിച്ചു നിന്ന് ബംഗ്ലാവ് അടി മുതൽ മേലെ വരെ വിസ്മയത്തോടെ വീക്ഷിക്കുന്നതിനിടയിൽ എമി ചോദിച്ചു.

"ഇത് ഞങ്ങളുടെ പഴയ വീടാണ്. അപ്പച്ചൻ പോയതിൽ പിന്നെ ആരും ഇങ്ങോട്ട് വരാറില്ല. ഞാൻ അപ്പച്ചൻ്റെ ആണ്ടിന്, വർഷത്തിലൊരിക്കൽ മാത്രം ഇവിടെ വരാറുണ്ട്."

മാനുവേൽ വീടിനെ നോക്കി എന്തോ ഓർമിച്ചിട്ടെന്ന പോലെ പറഞ്ഞു.

അതു പറയുമ്പോൾ അയാളുടെ മുഖത്ത് പല ഭാവങ്ങളും മിന്നി മറിയുന്നുണ്ടായിരുന്നു.

എമി കാറിൻ്റെ ഡോർ അടച്ച ശേഷം മാനുവേലിൻ്റെ അടുത്തേക്ക് ചെന്നു. അവൻ അവളെ നോക്കി ചെറുതായൊന്ന് പുഞ്ചിരിച്ചു. അവളും തിരിച്ച് അവൻ്റെ കണ്ണുകളിൽ നോക്കി പുഞ്ചിരി തൂകി. മാനുവേൽ വീടിൻ്റെ മെയിൻ ഡോറിനടുത്തേക്ക് നടന്നു. അവൻ പോക്കറ്റിൽ നിന്നും ഒരു താക്കോൽ എടുത്ത് ആ വാതിലിൻ്റെ താക്കോൽ പഴുതിലൂടെ കയറ്റി തിരിച്ചു. അവൻ തൻ്റെ കൈകൾ കൊണ്ട് ഇരു

പാളികളുള്ള ആ വാതിൽ തള്ളി. ഒരു വലിയ ശബ്ദത്തോടെ ആ വാതിൽ അകത്തേക്ക് തുറന്നു.

" എമി.... കയറി വാ.." മാനുവേൽ എമിയുടെ മുഖത്ത് നോക്കി പുഞ്ചിരിച്ചു കൊണ്ട് പറഞ്ഞു.

എമി പുഞ്ചിരിച്ചു കൊണ്ട് തൻ്റെ വലതു കാൽ നീട്ടി ആദ്യത്തെ പടി ചവിട്ടി. അത് കണ്ടതും മാനുവേൽ അകത്തേക്ക് നടന്നു.

എമി ഡോറിനടുത്തെത്തിയതും ആ വലിയ ഹാളിലെ ലൈറ്റുകളെല്ലാം തെളിഞ്ഞു. ആ ആഢംഭര ലൈറ്റുകളുടെ പ്രകാശത്തിൽ അവൾ കൂടുതൽ സുന്ദരി ആയി കാണപ്പെട്ടു.

അവളണിഞ്ഞിരുന്ന മുട്ടറ്റമുള്ള കറുത്ത ഡ്രെസ്സ് അവളുടെ തിളക്കം കൂട്ടുന്നതായി മാനുവേലിനു തോന്നി. അവൻ കണ്ണെടുക്കാതെ അവളെ തന്നെ നോക്കി കുറച്ചു നേരം നിന്നു. എന്നാൽ എമി അത് കണ്ടില്ല. അവൾ ഹാളിൻ്റെ മുകളിലേക്ക് നോക്കി നിൽക്കുകയായിരുന്നു.

" ഇത് ശരിക്കും ഒരു കൊട്ടാരം പോലെയുണ്ടല്ലോ."

മുകളിലെ ലൈറ്റുകളിൽ നിന്നും കണ്ണെടുക്കാതെ അവൾ പറഞ്ഞു.

അവളുടെ ശബ്ദം കേട്ടതും മാനുവേൽ സ്വപ്ന ലോകത്തു നിന്നും ഉണർന്നു.

അവൻ പുഞ്ചിരിച്ചു കൊണ്ട് അവളുടെ അടുത്തേക്ക് നടന്നു. ലൈറ്റുകളെല്ലാം നോക്കി ഹാളിൻ്റെ നടുവിൽ എത്തിയ എമി ചുറ്റും വീക്ഷിക്കാനായി തിരിഞ്ഞതും അവളുടെ മുന്നിൽ മാനുവേൽ നിൽക്കുന്നുണ്ടായിരുന്നു. എമി നേരെ നോക്കിയത് അവൻ്റെ കണ്ണുകളിലേക്കായിരുന്നു. അത് കണ്ടതും അവളുടെ കണ്ണുകൾ വിടർന്നു. അവളുടെ ഹൃദയ മിടിപ്പിൻ്റെ ശബ്ദം ആ നിശബ്ദമായ മുറിയിൽ മുഴങ്ങി കേൾക്കാമായിരുന്നു. അവൻ അവളുടെ കണ്ണുകളിലേക്കു തന്നെ നോക്കി നിന്നു.

സ്റ്റേഷനിലിരിക്കുന്ന ഡേവിഡിൻ്റെ ഫോൺ റിംഗ് ചെയ്തു. അയാൾ കാൾ അറ്റൻ്റ് ചെയ്തു.

"സർ .. മാനുവേലിൻ്റെ ഹിസ്റ്ററി കളക്ട് ചെയ്തിട്ടുണ്ട്. ഞാനത് സാറിന് മെയിൽ അയച്ചിട്ടുണ്ട്." മറുപുറത്തു നിന്ന് ഒരു

പോലീസുകാരൻ പറഞ്ഞു.

"ഗുഡ്... താങ്ക്യൂ സാജൻ." ഡേവിഡ് ഇത് പറഞ്ഞ് കോൾ കട്ട് ചെയ്തു.

ഡേവിഡ് തൻ്റെ കമ്പ്യൂട്ടറിൽ മെയിൽ ചെക് ചെയ്തു. അതിനിടയിൽ അയാൾ മാനുവേലിനെ വിളിക്കാൻ ശ്രമിച്ചു കൊണ്ടേയിരുന്നു.

മാനുവേലിൻ്റെ വണ്ടിയിൽ സീറ്റിനടിയിൽ കിടന്ന് ഒരു ഫോൺ വൈബ്രേറ്റ് ചെയ്യുന്നുണ്ട്. അതിൽ ' ഡേവിഡ് എ.സി.പി കോളിംഗ്' എന്നെഴുതിയിട്ടുമുണ്ട്. കുറച്ചു നേരം റിംഗ് ചെയ്ത ശേഷം ആ കോൾ കട്ട് ആയി.

"ഷിറ്റ്... ഇയാളെന്താ ഫോൺ എടുക്കാത്തേ?" ചെവിയിൽ നിന്നും ദേഷ്യത്തിൽ ഫോൺ എടുത്തു മാറ്റിക്കൊണ്ട് ഡേവിഡ് ആക്രോശിച്ചു.

മാനുവേൽ തൻ്റെ മുഖം എമിയുടെ അടുത്തേക്ക് കൊണ്ടുവന്നു. എമിയുടെ മുഖം നാണത്താൽ തുടുത്തു. ഉടനെ അവിടെയുണ്ടായിരുന്ന ലൈറ്റുകളെല്ലാം അണഞ്ഞു. പരസ്പരം മറന്നു നിന്ന അവർ ഇരുവരും പെട്ടെന്ന് മുകളിലേക്ക് നോക്കി.എമി കയ്യിലിരുന്ന ഫോൺ എടുത്ത് ഫ്ലാഷ് ഓൺ ചെയ്തു. ആ ഫ്ലാഷ് ലൈറ്റിൻ്റെ വെളിച്ചത്തിൽ ഹാളിലെ പൊടിപടലങ്ങൾ അന്തരീക്ഷത്തിൽ പാറിക്കളിച്ചു.

"പേടിക്കണ്ട .... ഇവിടെ കാൻ്റിൽസ് ഉണ്ടാവും... ഞാനത് എടുത്തോണ്ട് വരാം." പോക്കറ്റിൽ കയ്യിട്ട് ഫോൺ തിരയുന്നതിനിടയിൽ മാനുവേൽ പറഞ്ഞു.

" ഉം.." എമി ഒന്ന് മൂളി.

മാനുവേൽ കാര്യമായിട്ടെന്തോ തിരയുകയാണെന്ന് മനസ്സിലാക്കിയ അവൾ അവൻ്റെ പോക്കറ്റിലേക്കും മുഖത്തേക്കും മാറി മാറി നോക്കിക്കൊണ്ട് ചോദിച്ചു;

" എന്താ തിരയുന്നേ?"

" എൻ്റെ ഫോൺ... ഓ അത് ഞാൻ വണ്ടിയിൽ വച്ച് മറന്നെന്നാ തോന്നുന്നെ. താനിവിടെ നിൽക്ക്. ഞാൻ പോയി നോക്കിയിട്ടു വരാം." പോക്കറ്റിൽ നിന്നും കയ്യെടുത്ത് പുറത്തേക്ക് പോകാൻ ഒരുങ്ങിക്കൊണ്ട് മാനുവേൽ പറഞ്ഞു.

ഉടനെ എന്തോ ആലോചിച്ചിട്ടെന്ന പോലെ എമി പറഞ്ഞു;

"വേണ്ട സർ. ഞാൻ ഫോൺ എടുത്തോണ്ട് വരാം. സർ പോയി കാൻ്റിൽ നോക്കിക്കോ."

എമി പെട്ടന്നിങ്ങനെ പറയുന്നതു കേട്ട് മാനുവേലിന് അല്പം ഞെട്ടലുണ്ടായെങ്കിലും അയാൾ കൂടുതലൊന്നും ചിന്തിച്ചില്ല.

" ഓക്കേ... കൂൾ." തൻ്റെ രണ്ടു കയ്യും മലർത്തി കാണിക്ച്ചു കൊണ്ട് മാനുവേൽ പറഞ്ഞു.

എമി മാനുവേലിനു നേരെ ഒരു പുഞ്ചിരി സമ്മാനിച്ചു കൊണ്ട് ഡോറിനടുത്തേക്ക് നടന്നു. മാനുവേൽ കുറച്ചു നേരം അവൾ പോകുന്നതും നോക്കി നിന്നു. അവൾ ഡോറിനടുത്തെത്തിയതും മുഖത്തൊരു കള്ളച്ചിരിയുമായി അവൻ അകത്തെ മുറിയിലേക്ക് നടന്നു.

"പിക് അപ്... പിക് അപ്.... പിക് അപ്പ്..."

ചെവിയിൽ ഫോൺ വച്ചു കൊണ്ട് ഡേവിഡ് മാനുവേൽ ഫോൺ എടുക്കാത്തതിൽ രോക്ഷം കൊള്ളുന്നുണ്ടായിരുന്നു.

എമി മാനുവേലിൻ്റെ കാറിൻ്റെ ഡ്രൈവിങ് സീറ്റും ഫ്രണ്ടിലെ ബോക്സും എല്ലാം തിരഞ്ഞു എന്നാൽ ഫോൺ കണ്ടില്ല. ഉടനെ ഡ്രൈവിങ് സീറ്റിനടിയിൽ നിന്നും ഒരു വെളിച്ചം അവളുടെ ശ്രദ്ധയിൽ പെട്ടു. അവൾ ഉടനെ തന്നെ സീറ്റിനടിയിൽ നിന്നും ഫോൺ കയ്യിലെടുത്തു. അതിൽ തെളിഞ്ഞു കണ്ട പേര് 'ഡേവിഡ് എ.സി.പി' എമിയുടെ മുഖത്ത് അല്പം മങ്ങൽ ഉളവാക്കി. അവൾ ഉടനെ കോൾ കട്ട് ചെയ്തു. ശേഷം ഫോൺ സ്വിച്ച് ഓഫ് ചെയ്തു.

ഡേവിഡ് ദേഷ്യം സഹിക്കാൻ വയ്യാതെ തൻ്റെ കൈ കൊണ്ട് ടേബിളിനു പുറത്ത് ആഞ്ഞടിച്ചു.

വലിയൊരു കാൻ്റിൽ മേശമേലുള്ള സ്റ്റാൻ്റിൽ കത്തിച്ചു വക്കുകയായിരുന്നു മാനുവേൽ.

"ഫോൺ കിട്ടി. ബട്ട് ചാർജ് ഇല്ലെന്നു തോന്നുന്നു. സ്വിച്ച് ഓഫ് ആയി പോയി." എമി തൻ്റെ കയ്യിലിരുന്ന ഫോൺ മാനുവേലിനു നേരെ നീട്ടി നടന്നു കൊണ്ട് പറഞ്ഞു.

"ഓ... അതയോ?" എമിയുടെ കയ്യിൽ നിന്നും ഫോൺ വാങ്ങി നോക്കുന്നതിനിടയിൽ മാനുവേൽ ചോദിച്ചു.

" ആ... ഒരു കണക്കിന് ഓഫ് ആയത് നന്നായി... ഇനി ആരും വിളിച്ച് ശല്ല്യം ചെയ്യില്ലല്ലോ." ഫോൺ മേശമേൽ വച്ച് ഒരു ചെറിയ ചിരിയോടെ എമിയെ നോക്കിക്കൊണ്ടവൻ പറഞ്ഞു.

എമി പുഞ്ചിരിച്ചു കൊണ്ട് മുറിയുടെ അറ്റത്തുള്ള ജനലിനരികിലേക്ക് ചെന്നു. ജനൽച്ചില്ലുകൾ മൂടിയിരുന്ന വെളുത്ത കർട്ടൺ അവൾ മെല്ലെ നീക്കി. ജനലിൻ്റെ ഒരു പാളി അവൾ തുറന്നിട്ടു. പുറത്ത് നല്ല നിലാ വെളിച്ചം ഉണ്ടായിരുന്നു. ആകാശത്ത് തിളങ്ങി നിൽക്കുന്ന ചന്ദ്രൻ തന്നെ നോക്കി പുഞ്ചിരിക്കുന്നതായി അവൾക്കു തോന്നി. പെട്ടെന്ന് പുറകിൽ നിന്നും ഒരു കൈ വന്ന് അവളുടെ ഇടുപ്പിനു ചുറ്റും വളഞ്ഞു പിടിച്ചു. അവൾക്ക് ദേഹമാകെ ഒരു കുളിര് അനുഭവപ്പെട്ടു. അവൾ തൻ്റെ കഴുത്ത് ചെരിച്ച് മാനുവേലിൻ്റെ മുഖത്തേക്ക് നോക്കി. അവൻ്റെ കണ്ണുകളിൽ പ്രണയം തുളുമ്പുന്നത് അവൾ കണ്ടു. അവൾ ഒന്നും മിണ്ടാതെ ചുണ്ടിൽ ഒരു നാണ ചിരിയുമായി വീണ്ടും മുഖം തിരിച്ച് നിലാവിനെ നോക്കി നിന്നു. അവൻ മെല്ലെ അവളുടെ മുടിയിഴകൾ തൻ്റെ കൈകൾ കൊണ്ട് നീക്കി നഗ്നമായ അവളുടെ കഴുത്തിൽ അമർത്തി ചുംബിച്ചു. അവളുടെ കണ്ണുകൾ മെല്ലെ അടഞ്ഞു. അവൻ പതിയെ അവളുടെ കാതിൽ മന്ത്രിച്ചു;

"ഐ ലവ് യൂ എമി.."

ഡേവിഡ് വീണ്ടും ഫോൺ എടുത്തു മാനുവേലിനെ ഡയൽ ചെയ്തു.

'താങ്കൾ വിളിക്കുന്ന നമ്പർ ഇപ്പോൾ സ്വിച്ച് ഓഫ് ചെയ്തിരിക്കുകയാണ്...... ദി നമ്പർ യു ആർ കോളിങ് ഈസ് കറൻ്റലീ സ്വിച്ച്ട് ഓഫ്..'

"സ്വിച്ച് ഓഫോ... ദീപക് നമുക്കുടനെ അയാളെ കണ്ടെത്തണം.. ഹി ഈസ് ഇൻ ഡേഞ്ചർ!"

ഡേവിഡ് അല്പം വെപ്രാളത്തോടെ പറഞ്ഞു.

അയൾ വീണ്ടും സാജൻ അയച്ച മെയിൽ വിശദീകരിച്ചു വായിച്ചു നോക്കി.

# 15

**അധ്യായം 15**

ഹാളിലെ ലൈറ്റുകൾ മിന്നിക്കത്തുന്നു. ഒരു കസേരയിൽ കെട്ടിയിട്ട നിലയിൽ മാനുവേൽ. അയാളുടെ ദേഹമാകെ കട്ടിയുള്ള ഒരു കയറിനാൽ വലിഞ്ഞു മുറുകിയിരിക്കുന്നു.

മാനുവേൽ മെല്ലെ തൻ്റെ കൺപോളകൾ തുറക്കാൻ ശ്രമിച്ചു. അയാൾക്ക് മുന്നിലുള്ള കാഴ്ച വ്യക്തമല്ല. ചെറിയൊരു മങ്ങിയ വെളിച്ചം മാത്രം കാണാം. ഒന്നുകൂടി ഇരു കണ്ണുകളും മുറുക്കി അടച്ച ശേഷം അയാൾ കൺപോളകൾ തുറന്നു...

ഒരു മങ്ങിയ രൂപം അനങ്ങുന്നത് അയാൾക്ക് കാണാമായിരുന്നു. പതിയെ ആ രൂപം തെളിഞ്ഞു വന്നു. കഴുത്തറ്റം വെട്ടിയിട്ട മുടിയും വടിവൊത്ത നീണ്ടു മെലിഞ്ഞ ശരീരത്തോടു പറ്റിക്കിടക്കുന്ന കറുത്ത ഡ്രെസ്സും. തൻ്റെ മുന്നിലുള്ള ഫയർ പ്ലെയ്സിനു നേരെ തിരിഞ്ഞു നിൽക്കുന്ന ആ രൂപം എമിയാണെന്ന് അയാൾ തിരിച്ചറിഞ്ഞു.

മാനുവേൽ കണ്ണുകൾ ഒരു തവണ കൂടി അടച്ചു തുറന്നു. നീളത്തിലുള്ള ഒരു ഇരുമ്പ് ദണ്ഡിൻ്റെ ഒരറ്റം തീയിൽ പൂഴ്ത്തി അതിൻ്റെ മറ്റേ അറ്റം കയ്യിൽ പിടിച്ചു കൊണ്ട് ഫയർ പ്ലെയ്സിൻ്റെ സൈഡിലായി അവൾ ഇരുന്നു. തീയിൽ ഉരുകുന്ന ഇരിമ്പു ദണ്ഡിൻ്റെ അറ്റത്ത് 'എം' എന്ന അക്ഷരം ജ്വലിച്ചു നിൽക്കുന്നുണ്ടായിരുന്നു. ഇത് കണ്ടതും മാനുവേലിൻ്റെ കണ്ണുകളിൽ ഒരു ഭയം നിഴലിച്ചു.

" വീട്ടിൽ നിന്നു കിട്ടിയ മാനുവേലിൻ്റ ഡയറിയാണിത്. ഇതിൽ എമിയോടുള്ള അയാളുടെ പ്രണയം വ്യക്തമായി കാണാം." കയ്യിലിരുന്ന ഡയറി മറിച്ചു കാണിച്ചു കൊണ്ട് ഡേവിഡ് ദീപകിനോട്

പറഞ്ഞു. അതിൽ എമിയുടെ കുറേ ഫോട്ടോസും ചില പ്രണയ വർണ്ണനകളും ഉണ്ടായിരുന്നു.

പെട്ടെന്ന് എന്തോ ആലോചിച്ചിട്ടെന്ന പോലെ ഡേവിഡ് കമ്പ്യൂട്ടറിലേക്ക് നോക്കി.

" യെസ്.... മാനുവേലിന് ചിറ്റാറിൽ ഒരു വീടുണ്ട്. മറ്റാരുടെയും ശ്രല്യം ഇല്ലാതെ എമിയോടൊപ്പം സ്പെൻ്റ് ചെയ്യാൻ ഏറ്റവും ഉചിതമായ സ്ഥലം അതു തന്നെ. അയാൾ അവിടെ തന്നെ ഉണ്ടാവും. ദീപക് വണ്ടിയെടുക്ക്. അവർ ധൃതിയിൽ ചെന്ന് ഒരു പോലീസ് ജീപ്പിൽ കയറി. പിന്നാലെ മറ്റൊരു ജീപ്പ് കൂടി പുറപ്പെട്ടു.

" എ....... മി..." അവശനായിരുന്ന മാനുവേൽ വാക്കുകൾ കൂട്ടി യോജിപ്പിക്കാൻ ശ്രമിച്ചു.

" ആഹാ... സാറിനു ബോധം വന്നോ ? അതേതായാലും നന്നായി. ഇനി എനിക്ക് പറയാനുള്ളത് വ്യക്തമായിട്ട് കേൾക്കാലോ."

താൻ ചെയ്തു കൊണ്ടിരുന്ന കാര്യത്തിൽ മുഴുകിക്കൊണ്ട് ഒന്നു തിരിഞ്ഞു നോക്കുക പോലും ചെയ്യാതെ അവൾ പറഞ്ഞു.

മാനുവേലിന് വല്ലാത്ത തളർച്ച അനുഭവപ്പെട്ടെങ്കിലും അവൻ തല മെല്ലെ ഉയർത്തി എമിയെ നോക്കി. അവൻ ഇടറുന്ന ശബ്ദത്തിൽ ചോദിച്ചു;

" ആ....ആരാ നീ ?"

ഇത് കേട്ടതും എമി മെല്ലെ മാനുവേലിൻ്റെ നേരെ തിരിഞ്ഞു. ഒരു പുച്ഛം കലർന്ന ചിരിയോടെ അവൾ അവനെ നോക്കി. വീണ്ടും തൻ്റെ പ്രവൃത്തിയിൽ മുഴുകി. അല്പം ചൂടായ ഇരുമ്പ് ദണ്ഡ് കയ്യിലെടുത്ത് ഒന്ന് തിരിച്ചും മറിച്ചും നോക്കിയ ശേഷം അവൾ തൻ്റെ ദൃഷ്ടി മാനുവേലിൻ്റെ മേൽ പറതിപ്പിച്ചു....

" നിനക്കെന്നെ അറിയാൻ വഴിയില്ല മാനുവേൽ." കയ്യിൽ ഇരിമ്പു ദണ്ഡും പിടിച്ച് എഴുന്നേറ്റ് നിന്നു കൊണ്ടവൾ പറഞ്ഞു.

" പക്ഷേ എൻ്റെ അപ്പനെ നീ അറിയും." എമി മാനുവേലിൻ്റെ കസേരയുടെ അരികിൽ വന്നു നിന്നു.

അവൾ ആ കസേരയുടെ കയ്യിൽ പിടിച്ചു കൊണ്ട് തൻ്റെ മുഖം മാനുവേലിൻ്റെ മുഖത്തിനോട് അടുപ്പിച്ച് അവൻ്റെ കണ്ണുകളിൽ

നോക്കി അവൾ ആ പേര് ഉച്ചരിച്ചു...

"കുന്നുംപുരക്കൽ കുരിയച്ചൻ!"

അത് കേട്ടതും മാനുവേലിൻ്റെ കണ്ണുകൾ ഭയം കൊണ്ട് വിടർന്നു. എമിയുടെ കണ്ണിൽ എരിയുന്ന പകയുടെ അഗ്നി അവന് വ്യക്തമായി കാണാമായിരുന്നു.

# 16

**അധ്യായം 16**

ചിറ്റാർ എന്ന മനോഹരമായൊരു ഗ്രാമ പ്രദേശം. ദൂരെ നിന്നു നോക്കിയാൽ പച്ച പരവധാനി വിരിച്ചതു പോലുള്ള ഒരു കുന്ന്. ആ കുന്നിൻ മുകളിലായി മുറ്റത്ത് സുന്ദരമായ ഒരു പൂന്തോട്ടത്തോടു കൂടിയ വലിയൊരു വീട്. വീടിൻ്റെ മുൻവശത്തെ ഡോർ തുറന്നിട്ടുണ്ടായിരുന്നു. കരിനീല നിറത്തിലുള്ള ഷർട്ട് വെള്ള പാൻ്റ്സിൽ ഇൻസൈഡ് ചെയ്ത് എങ്ങോട്ടോ പോകാനെന്ന പോലെ ഒരുങ്ങി കുരിയച്ചൻ ഇറങ്ങി വന്നു. പിന്നാലെ പീച്ച് നിറത്തിലുള്ള തിളങ്ങുന്ന സാരിയും ഗോൾഡേൺ ബ്ലൗസും വലതു കയ്യിൽ സ്വർണ്ണ നിറത്തിലുള്ള പേഴ്സുമിട്ട് അയാളുടെ ഭാര്യയും ഇറങ്ങി വന്നു. അവരുടെ ഇടത്തെ കയ്യിൽ ഒരു കുഞ്ഞി കൈ കൂടി മുറുക്കി പിടിച്ചിട്ടുണ്ടായിരുന്നു. രണ്ടര വയസ്സുള്ള മകനായിരുന്നു അത്. അവർ മൂവരും കൂടി മുറ്റത്തു നിർത്തിയിട്ട കാറിൽ കയറുന്നതിനിടയിൽ കുരിയച്ചൻ്റെ ഫോൺ റിങ് ചെയ്തു. അയാൾ ഫോൺ അറ്റൻ്റ് ചെയ്ത് ചെവിയിൽ വച്ചു.

"ഹലോ... ഐസക്കേ പറയെടാ." അയാൾ കോൾ എടുത്ത ഉടനെ പറഞ്ഞു.

"കുരിയച്ചാ..... ഞാനൊരു കാര്യം പറയാനാ വിളിച്ചത്. നാളെയാ നമ്മടെ കമ്പനിയുടെ ഉദ്ഘാടനം. വീട്ടിൽ വന്ന് വിളിക്കാത്തതു കൊണ്ട് താനും കുടുംബവും വരാതിരിക്കരുത്. സമയം കിട്ടാഞ്ഞിട്ടാടോ." മറുപുറത്തു നിന്ന് ഐസക്ക് പറഞ്ഞു.

" അത് പിന്നെ പറയണോ... ഞങ്ങൾ എന്തായാലും ഉണ്ടാകും. ഇപ്പോ ഞങ്ങളൊന്ന് ടൗണിൽ പോകാനിറങ്ങിയതാ.. വന്നിട്ട്

വിളിക്കാം." കുരിയച്ചൻ കാറിനകത്തു കയറി ഡോർ അടക്കുന്നതിനിടയിൽ പറഞ്ഞു.

" ആഹാ... എന്നതാ വിശേഷം?"

"ഏയ് ചുമ്മാ ഒന്ന് പുറത്തേക്കിറങ്ങിയതാ.. ഇന്ന് ഡിന്നർ പുറത്തൂന്ന് ആവാന്ന് കരുതി."

" ആ.. അതേതായാലും നന്നായി. മേഴ്സിക്കും കൊച്ചിനും സന്തോഷമാവുമല്ലോ."

" ആ.. അതെ.."

"ന്നാ പിന്നെ നിങ്ങടെ പരുപാടി നടക്കട്ടെ.. നാളത്തെ കാര്യം മറക്കണ്ട..10 മണിക്കാണ് പരിപാടി. നേരത്തെ അങ്ങോട്ടെത്തിയേക്കണം."

"വരാടാ ഉവ്വേ.... ഞങ്ങൾ രാവിലെ അങ്ങെത്തിയേക്കാം." കുരിയച്ചൻ ചിരിച്ചു കൊണ്ട് പറഞ്ഞു.

ആ കുന്നിൻ ചെരുവിലൂടെ കുരിയച്ചൻ്റെ ചുവന്ന കാർ മെല്ലെ നീങ്ങി.

പിറ്റേ ദിവസം കമ്പനിയുടെ ഉദ്ഘാടനത്തിന് കൂടി നിൽക്കുന്ന ആളുകൾക്കിടയിലേക്ക് കുരിച്ചനും കുടുംബവും കടന്നു ചെന്നു. ഉദ്ഘാടനം കഴിഞ്ഞ് മധുരം കൊടുക്കുന്നതിനിടയിൽ ഐസക്ക് കുരിയച്ചൻ്റെ അടുത്തെത്തി.

"എങ്ങയുണ്ടെടോ കുരിയച്ചാ തൻ്റെ കമ്പനിയും ബിസിനസ്സും ഒക്കെ?" ഐസക്ക് തിരക്കി.

"കുഴപ്പമില്ല. അത്യാവശ്യം ലാഭം ഉണ്ട്. പിന്നെ ഇപ്പോ തുടങ്ങിയതല്ലേ ഉള്ളു. കുറച്ചു നാൾ കഴിഞ്ഞാലെ എന്തെങ്കിലും പറയാനൊക്കൂ." കുരിയച്ചൻ പുഞ്ചിരിച്ചു കൊണ്ട് മറുപടി നൽകി.

" എന്നാലും താനെന്തിനാടോ അങ്ങ് എർണാകുളത്ത് കൊണ്ടു പോയി കമ്പനി വച്ചത്?"

" അത് അപ്പൻ്റെ പേരിൽ കിട്ടിയ സ്ഥലമായിരുന്നു. ടൗണിനോടു ചേർന്ന സ്ഥലം. ബിസിനസ്സ് തുടങ്ങാൻ നല്ലത് അവിടെയാണെന്ന് തോന്നി. അതാ പിന്നെ മറ്റൊന്നും ആലോചിക്കാതെ കമ്പനി അവിടെ തന്നെ തുടങ്ങിയത്. ഇപ്പോ ഈ പോക്കു വരവ് മാത്രമാണ് ബുദ്ധിമുട്ട്."

" ആ.... പറഞ്ഞ പോലെ താനിനി എന്നാ തിരിച്ചു പോകുന്നേ?"

"നാളെത്തന്നെ പോണം."

" ആ ... അതുശരി.. മൂന്നാല് ദിവസമല്ലേ ആയുള്ളു വന്നിട്ട് ."

" അത് പറഞ്ഞിട്ട് കാര്യമില്ല... ഞാൻ ചെന്നില്ലെങ്കിൽ പണിയൊന്നും നടക്കില്ലെടോ.. ന്നാ പിന്നെ ഞങ്ങൾ ഇറങ്ങുവാ." ഐസക്കിനു നേരെ കൈ നീട്ടിക്കൊണ്ട് കുരിയച്ചൻ പറഞ്ഞു.

" ആ... ന്നാ അങ്ങനെയാവട്ടെ.. നാളെ പോകാനുള്ള തയ്യാറെടുപ്പൊക്കെ ഉണ്ടാവുമല്ലേ?"

"ഓ.. അങ്ങനെ വല്യ പാക്കിങ് ഒന്നുല്ലെന്നെ.. അല്ലറ ചില്ലറ സാധനങ്ങളൊക്കെയൊന്ന് എടുത്തു വക്കണം .. അത്ര തന്നെ."

" ആ... എന്നതായാലും നടക്കട്ടെ." ഇരുവരും കെട്ടിപ്പിടിച്ചു കൊണ്ട് യാത്ര പറഞ്ഞു.

ദിവസങ്ങൾ കടന്നു പോയി. കുരിയച്ചനും ഐസക്കും അവരവരുടെ കമ്പനികളിൽ പ്രവർത്തിച്ചു പോന്നു.

അങ്ങനെയിരിക്കെ കുരിയച്ചൻ നാട്ടിലെത്തിയ ഒരു ദിവസം കുരിയച്ചനും കുടുംബവും ഐസക്കിൻ്റെ ക്ഷണം സ്വീകരിച്ച് അയാളുടെ വീട്ടിലെത്തി. ചിരിയും കളിയും സൽക്കാരവും ഒക്കെയായി ആ ദിവസം കടന്നു പോയി.

പിന്നീടങ്ങോട്ട് കുറേ കാലം സന്തോഷത്തിൻ്റെ നാളുകൾ ആയിരുന്നു.

# 17

**അധ്യായം 17**

വർഷങ്ങൾ കടന്നു പോയി. കമ്പനിയിലെ തിരക്കുകൾ കൂടുന്നതിനനുസരിച്ച് കുരിയച്ചനും ഐസക്കും തമ്മിലുള്ള അകലം കൂടി വന്നു. കുരിയച്ചൻ്റെ കമ്പനി നല്ല ലാഭത്തിലായി. അയാൾ വളരെയധികം സമ്പന്നനായി മാറി. രണ്ട് നില വീട്, പുതിയ കാറ് ഒക്കെയായി. എന്നാൽ ഐസക്കിൻ്റെ കമ്പനി നഷ്ടത്തിലായി. അയാൾക്ക് എല്ലാം നഷ്ടപ്പെട്ടു തുടങ്ങിയിരുന്നു.

ഒരിക്കൽ കുരിയച്ചനെ കാണാൻ എർണാകുളത്തെത്തിയ ഐസക്ക് കുരിയച്ചൻ്റെ കമ്പനിയിൽ ചെന്ന് അയാളുടെ വളർച്ച കണ്ട് അസ്വസ്ഥനായി.

അന്ന് രാത്രി അവർ ഒരുമിച്ചൊരു ബാറിൽ കയറി മദ്യം കുടിക്കുന്ന സമയത്ത് തനിക്കുണ്ടായ നഷ്ടങ്ങളെപ്പറ്റി ഐസക്ക് കുരിയച്ചന് വിവരിച്ചു.

" എല്ലാം പോയെടാ.... ഇത്രയും കാലം ഞാൻ കഷ്ടപ്പെട്ടുണ്ടാക്കിയതെല്ലാം നഷ്ടത്തിലായി. എനിക്കിനി ജീവിക്കണ്ട." കള്ള് മൂത്ത ഐസക്ക് കുഴഞ്ഞ നാവുകൊണ്ട് പറഞ്ഞു .

"ഏയ്... അങ്ങനെയൊന്നും ചിന്തിക്കണ്ട. ഞാനില്ലേ കൂടെ. കമ്പനിയെല്ലാം നമുക്ക് ശരിയാക്കിയെടുക്കാം. നീ ധൈര്യമായിരിക്ക്." കുരിയച്ചൻ ഐസക്കിനെ സമാധാനിപ്പിച്ചു.

കുരിയച്ചൻ്റെ വാക്കുകൾ കേട്ട് ഐസക്ക് തൻ്റെ കണ്ണ് തുടച്ച് കുരിയച്ചനെ നോക്കി. കുരിയച്ചൻ കയ്യിലുണ്ടായിരുന്ന ഒരു ആയിരത്തിൻ്റെ ഇരുപതിനായിരത്തിന്റെ കെട്ട് ഐസക്കിനു കൊടുത്തു കൊണ്ട് പറഞ്ഞു;

" തൽക്കാലം ഇത് നീ വച്ചോ. ഞാൻ അടുത്ത ആഴ്ച നാട്ടിൽ വരുന്നുണ്ട്. കമ്പനിയുടെ കാര്യങ്ങളൊക്കെ ഞാൻ ശരിയാക്കി തരാം."

ഐസക്ക് ഉടനെ കുരിയച്ചനെ കെട്ടിപ്പിടിച്ചു.

ഒരാഴ്ചയ്ക്കു ശേഷം നാട്ടിലെത്തിയ കുരിയച്ചൻ ഐസക്കിൻ്റെ കമ്പനിയിൽ ചെന്ന് അവർക്ക് ബിസിനസ്സ് ടിപ് സൊക്കെ പറഞ്ഞു കൊടുത്തു. അങ്ങനെ പതിയെ പതിയെ ഐസക്കിൻ്റെ കടങ്ങൾ ഓരോന്നായി കുറഞ്ഞു വന്നു. എന്നാൽ കുരിയച്ചൻ്റെ കമ്പനി ദിനംപ്രതി വളർന്നു കൊണ്ടേയിരുന്നത് ഐസക്കിൽ അസൂയ ഉണർത്തി. അയാൾ തൻ്റെ കുരുട്ടു ബുദ്ധിയിൽ ഓരോന്ന് ആലോച്ചിച്ചു കൂട്ടി. കുരിയച്ചനെ അവസാനിപ്പിക്കാനുള്ള നീക്കങ്ങൾ ആരംഭിച്ചു. അതിനായി സ്വന്തം മക്കളെയും കമ്പനിയിലെ വിശ്വസ്തരേയും അയാൾ കൂട്ടു പിടിച്ചു.

കുരിയച്ചനെ ചതിച്ച് അയാളുടെ കമ്പനിയും സ്വത്തുക്കളും കൈക്കലാക്കാനായിരുന്നു അവരുടെ പധതി.

ഇപ്പോൾ

ഡേവിഡും ദീപകും ചിറ്റാറിലേക്കുള്ള യാത്ര ആരംഭിച്ചു കഴിഞ്ഞിരുന്നു. വണ്ടി ഓടിക്കുന്നതിനിടയിൽ ദീപക് ചോദിച്ചു;

"സർ... എനിക്കൊരു സംശയം. കുരിയച്ചൻ്റെ കൂട്ടുകാരനായ ഐസക്കിനും കുടുംബത്തിനും അറിയില്ലേ കുരിയച്ചൻ്റെ മകളെ. പിന്നെ എന്തുകൊണ്ടാണ് എമിയെ അവർ തിരിച്ചറിയാതെ പോയത്?"

ഡേവിഡ് ദീപകിനെ നോക്കി ഒന്ന് പുഞ്ചിരിച്ചു.

# 18

**അധ്യായം 18**

കുരിയച്ചൻ മേഴ്സിയെ കെട്ടുന്നതിന് ഒരു അഞ്ചാറു വർഷം മുന്നേ അയാൾ കൊല്ലത്തായിരുന്നു. അവിടെ വച്ച് സാറ എന്നൊരു പെണ്ണുമായി പ്രണയത്തിലായിരുന്നു. ഇതറിഞ്ഞ കുരിയച്ചൻ്റെ വീട്ടുകാർ അവരെ തമ്മിലകറ്റി. പിന്നീട് കുരിയച്ചനും കുടുംബവും കൊല്ലത്തു നിന്നും എർണാകുളത്ത് വന്ന് സെറ്റിൽ ആയി. മൂന്ന് വർഷം കഴിഞ്ഞ് കുരിയച്ചൻ്റെ വീട്ടുകാർ മേഴ്സിയുമായുള്ള വിവാഹം നടത്തി. ശേഷം അവർ ഇരുവരും മേഴ്സിക്ക് ഭാഗം വച്ചു കിട്ടിയ സ്ഥലത്ത് വീട് വച്ച് പത്തനംതിട്ട, ചിറ്റാറിൽ ചെന്ന് സെറ്റിൽ ആയി.

കുരിയച്ചൻ എർണാകുളത്ത് പോയ സമയത്ത് സാറ ഗർഭിണിയായിരുന്നു. പക്ഷേ കുരിയച്ചൻ അത് അറിഞ്ഞിരുന്നില്ല. സാറ ആ കുഞ്ഞിനെ പ്രസവിക്കുകയും അതിനെ വളർത്തുകയും ചെയ്തു. എന്നാൽ കുഞ്ഞിന് രണ്ട് വയസ്സുള്ളപ്പോൾ സാറക്ക് കാൻസർ വന്നു. മരിക്കുന്നതിനു മുമ്പ് സാറ അവളെ കൊല്ലത്തുള്ള 'സാൻ്റാ മരിയ' എന്ന ഓർഫനേജിൻ്റെ മേനേജറും തൻ്റെ സുഹൃത്തുമായ സിസ്റ്റർ തെരേസയെ ഏൽപ്പിച്ചു. ആ കുഞ്ഞിൻ്റെ അച്ഛനാരാണെന്നുള്ള സത്യവും അവരെ അറിയിച്ചു. ആ കുഞ്ഞാണ് മേരി. ആ ഓർഫനേജിലാണ് അവൾ വളർന്നത്. മേരിക്ക് 6 വയസ്സുള്ളപ്പോൾ ഒരു ഡൊണേഷൻ്റെ കാര്യത്തിന് വേണ്ടി കുരിയച്ചൻ ആ ഓർഫനേജിൽ എത്തി. സിസ്റ്റർ തെരേസ അയാളെ തിരിച്ചറിയുകയും സാറയെക്കുറിച്ചും മേരിയെക്കുറിച്ചും പറയുകയും ചെയ്തു. അന്നാണ് അയാൾ തൻ്റെ മകളെ ആദ്യമായി കാണുന്നത്. മകളെ കണ്ടതും അയാളുടെ കണ്ണുകൾ നിറഞ്ഞു. മേരിയെ അയാൾ വാരിപ്പുണർന്നു.

മേരിയെ അയാൾ കൊല്ലത്തു തന്നെയുള്ള ഒരു ബോഡിങ് സ്കൂളിൽ ചേർത്തു. അവൾക്ക് ' എമി മേരി കുരിയൻ' എന്ന പേരും വച്ചു. അങ്ങനെ വർഷങ്ങളോളം മേഴ്സിയും മറ്റാരും അറിയാതെ കുരിയച്ചൻ എമിയെ പഠിപ്പിക്കുകയും അവളുടെ ചിലവുകളെല്ലാം നടത്തുകയും ഇടക്കൊക്കെ അവളെ പോയി കാണുകയും ചെയ്ത് പോന്നു.

എമി പന്ത്രണ്ടാം ക്ലാസ്സ് കഴിയാറായ സമയത്ത് കുരിയച്ചൻ ഒരിക്കൽ അവളെ കാണാൻ ചെന്നു.

" മാർച്ചിൽ എൻ്റെ എക്സാം കഴിയും. അത് കഴിഞ്ഞ് എനിക്കും പപ്പേടെ കൂടെ വീട്ടിലേക്ക് വരാലോ." എമി ചിരിച്ചു കൊണ്ട് പറഞ്ഞു.

ഇത് കേട്ടതും കുരിയച്ചൻ ആകെ തകർന്നു പോയി. എന്തു ചെയ്യണമെന്നറിയാതെ അയാൾ മൗനം പാലിച്ചു നിന്നു.

"പപ്പ എന്താ ഒന്നും മിണ്ടാത്തെ? എന്നെ കൊണ്ടു പോകില്ലേ പപ്പാ?" അവളുടെ കണ്ണുകളിലെ ദയനീയ ഭാവം കുരിയച്ചനെ ആകെ തളർത്തി. അയാൾ ഒന്നും മിണ്ടാതെ അവിടെ നിന്നും ഇറങ്ങി. എമി നിറഞ്ഞ മിഴികളുമായി അയാൾ പോകുന്നതും നോക്കി നിന്നു.

വീട്ടിലെത്തിയ കുരിയച്ചൻ മേഴ്സിയോട് കാര്യങ്ങളെല്ലാം പറഞ്ഞു. എല്ലാം കേട്ട മേഴ്സി കരഞ്ഞുകൊണ്ട് തൻ്റെ മുറിയിലേക്ക് പോയി. അല്പസമയം കഴിഞ്ഞ് ബെഡ്ഡിൽ കമിഴ്ന്നു കിടന്ന് കരയുന്ന മേഴ്സിയുടെ അരികിൽ ചെന്നിരുന്നു.

"മേഴ്സി... സംഭവിക്കാനുള്ളതെല്ലാം സംഭവിച്ചു. നിന്നോട് എല്ലാം തുറന്നു പറയണമെന്ന് ഒരു നൂറു വട്ടം ഞാൻ ആലോചിച്ചതാ. എന്നാൽ നീ എങ്ങനെ പ്രതികരിക്കുമെന്നോർത്തിട്ടാ. എല്ലാം അറിഞ്ഞാൽ നീയെന്നെ വിട്ടു പോകുമോ എന്ന ഭയമായിരുന്നു എനിക്ക് ."

കുരിയച്ചൻ കണ്ണു നിറച്ചു കൊണ്ട് പറഞ്ഞു. അയാൾ തല താഴ്ത്തി ഇരുന്നു.

ഉടനെ മേഴ്സിയുടെ കൈകൾ അയാളുടെ കൈകളെ സ്പർശിച്ചു. അയാൾ മെല്ലെ തല ഉയർത്തി ഭാര്യയെ നോക്കി.

"ഇച്ചായാ... ഇത്രയും കാലമായിട്ടും നിങ്ങൾക്ക് എൻ്റെ സ്നേഹം മനസ്സിലായിട്ടില്ലേ? ഇച്ചായനൊരു മകളുണ്ടെന്ന് നേരത്തെ പറഞ്ഞിരുന്നെങ്കിൽ അവളെ ഇവിടെ കൊണ്ടുവന്ന് ഞാൻ

വളർത്തില്ലായിരുന്നോ? ഇച്ചായൻ്റെ മോളെന്നു പറഞ്ഞാൽ എൻ്റെയും മോളല്ലേ. എന്നിട്ടിത്രയും കാലം എന്നോടൊരു വാക്കു പോലും പറയാതിരുന്നില്ലേ?"

അവരുടെ കണ്ണുകൾ വീണ്ടും നിറഞ്ഞൊഴുകി.

കുരിയച്ചൻ കൈകൾ കൊണ്ട് ആ കണ്ണുകൾ മെല്ലെ തുടച്ചു. അയാൾ തൻ്റെ ഭാര്യയെ വാരിപ്പുണർന്നു.

എമിയുടെ എക്സാം കഴിഞ്ഞ ദിവസം കുരിയച്ചനും മേഴ്സിയും മകനും കൂടി എമിയെ കൂട്ടിക്കൊണ്ടു വരാനായി കൊല്ലത്തേക്ക് പുറപ്പെട്ടു. അവർ മൂവരും നല്ല സന്തോഷത്തിലായിരുന്നു. എമി ഓർഫനേജിലെത്തി അവിടുത്തെ സിസ്റ്റേഴ്സിനോടൊക്കെ യാത്ര പറയുന്ന തിരക്കിലായിരുന്നു. അവൾ അന്ന് വളരെയധികം സന്തോഷവതിയായി കാണപ്പെട്ടു.

കുരിയച്ചനും കുടുംബവും കാറിൽ പാട്ടൊക്കെ കേട്ട് ആസ്വദിച്ച് വരികയായിരുന്നു. അവരുടെ എതിർ ദിശയിൽ നിന്ന് ഒരു ലോറി പാഞ്ഞു വരുന്നുണ്ടായിരുന്നു.

എമിയുടെ കാത്തിരിപ്പിനു വിരാമമിട്ട് ഓർഫനേജിൻ്റെ ഗേറ്റ് തുറന്ന് ഒരാൾ ഓടി വന്നു. ഇത് കണ്ട് അവിടുത്തെ സിസ്റ്റർ മാരെല്ലാം പുറത്തേക്ക് വന്നു. ഒപ്പം എമിയും. അയാൾ പറയുന്നത് കേട്ട് എമിയുടെ കണ്ണുകൾ നിറഞ്ഞൊഴുകി. അവൾ അല്പനേരം സ്തംഭിച്ചു നിന്നു പോയി.

കുരിയച്ചൻ്റെ കാറ് വീതി കുറഞ്ഞ ഒരു റോഡിലൂടെ വരുമ്പോൾ എതിരെ നിന്നു വന്ന ലോറി ആ കാർ ഇടിച്ചു തെറുപ്പിച്ചു.

എമി മുട്ടുകുത്തി നിലത്തിരുന്നു. അവൾ ഉച്ചത്തൽ നിലവിളിച്ചു...

" പപ്പാ....."

# 19

**അധ്യായം 19**

എമിയുടെ കണ്ണുകൾ നിറഞ്ഞൊഴുകി. ഫയർ പ്ലേയിസ്സിലെ തീ ഇപ്പോഴും അണയാതെ കത്തിക്കൊണ്ടിരിക്കുകയായിരുന്നു. മാനുവേൽ എമിയെ നോക്കി ഇരിക്കുന്നുണ്ടായിരുന്നു. അയാളുടെ കണ്ണുകളിൽ പഴയ കാര്യങ്ങൾ പലതും മിന്നി മറഞ്ഞു.

ആക്സിഡൻ്റിനു ശേഷം പാതി ജീവനുള്ള കുരിയച്ചൻ്റെ അരികിലേക്ക് വെള്ള മുണ്ടുടുത്ത രണ്ട് കാലുകൾ നടന്നടുക്കുന്നത് അയാൾ ചോര തുള്ളികൾ ഇറ്റിറ്റു വീഴുന്ന കൺപീലികൾക്കിടയിലൂടെ കാണുന്നുണ്ടായിരുന്നു. അത് ഐസക് ആണെന്ന് കുരിയച്ചൻ പതിയെ തിരിച്ചറിഞ്ഞു. ഐസക് തൻ്റെ കയ്യിലുണ്ടായിരുന്ന മുദ്രക്കടലാസിൽ കുരിയച്ചൻ്റെ തളർന്ന കൈ വിരൽ പതിപ്പിച്ച് കമ്പനിയും സ്വത്തുക്കളും അയാളുടെ പേരിലാക്കി. അടുത്ത നിമിഷം കുരിയച്ചൻ്റ ശ്വാസം നിലച്ചു. ശേഷം കയ്യിലുള്ള മുദ്രക്കടലാസുമായി തൻ്റെ കാറിനരികിലേക്ക് വന്നു. അവിടെ മാനുവേലടക്കം ഐസക്കിൻ്റെ മക്കളും വിശ്വസ്തരും നിൽക്കുന്നുണ്ടായിരുന്നു.

അവർ ആർത്തട്ടഹസിക്കുന്ന ശബ്ദം മാനുവേലിൻ്റെ കണ്ണുകളിൽ ഭീതിയുണർത്തി. അവന് സ്ഥലകാല ബോധം തിരിച്ചു കിട്ടി.

കത്തിയെരിയുന്ന തീയിൽ ആളി കത്തുന്ന പക എമിയുടെ കണ്ണുകളിൽ നിറഞ്ഞു നിന്നു. അവൾ ക്രോധ ഭാവത്തിൽ മാനുവേലിൻ്റെ അരികിലേക്ക് നടന്നടുത്തു. അവളുടെ ഓരോ ചുവടും നെഞ്ചിൽ തറച്ചു കയറുന്നതു പോലെ അവന് അനുഭവപ്പെട്ടു.

മാനുവേലിൻ്റെ കണ്ണുകളിൽ തുറിച്ചു നോക്കിക്കൊണ്ടവൾ പറഞ്ഞു;

"അച്ഛനും അമ്മയും സഹോദരനും ഒക്കെയുള്ള സന്തോഷമുള്ള ഒരു കുടുംബം വേണമെന്ന് എനിക്കും ആഗ്രഹമുണ്ടാവില്ലേ? നീയൊക്കെ കൂടി ഇല്ലാതാക്കിയത് എൻ്റെ ജീവിതമാ... എൻ്റെ സ്വപ്നങ്ങളാ. എൻ്റെ കുടുംബം ഇല്ലാതാക്കിയത് നിങ്ങളാണെന്ന് അറിഞ്ഞ അന്ന് മുതൽ പക മാത്രമായിരുന്നു എൻ്റെ മനസ്സിൽ. എൻ്റെ സമാധാനം ഇല്ലാതാക്കിയ നിങ്ങളോരോരുത്തരെയും ഇഞ്ചിഞ്ചായി കൊല്ലാൻ ഞാൻ തീരുമാനിച്ചു. ദൈവം ഓരോരുത്തരെയും കൊല്ലാൻ അവസരങ്ങൾ ഓരോന്നായി എനിക്കു തന്നു കൊണ്ടേയിരുന്നു. ഒടുവിലിതാ എൻ്റെ അവസാനത്തെ ഇരയും മരണം കാത്ത് എൻ്റെ കൺമുന്നിലിരിക്കുന്നു."

ഒരു ക്രൂരയായ കൊലയാളിയുടെ പുഞ്ചിരി എമിയുടെ മുഖത്ത് പ്രത്യക്ഷപ്പെട്ടു. മാനുവേലിൻ്റെ മുഖത്ത് സ്വന്തം ജീവനു വേണ്ടിയുള്ള യാചനയായിരുന്നു. അയാൾ ഭയപരവശനായി എമിയെ നോക്കി.

മഴ ആർത്തു പെയ്യുന്ന റോഡിൽ തളം കെട്ടി കിടക്കുന്ന വെള്ളം ചക്രങ്ങൾ കൊണ്ട് തെറുപ്പിച്ച് ഡേവിഡിൻ്റെ വണ്ടി അതി വേഗത്തിൽ പാഞ്ഞു.

# 20

**അധ്യായം 20**

പന്ത്രണ്ടാം ക്ലാസ്സ് കഴിഞ്ഞ എമി കൊല്ലത്തെ നല്ലൊരു കോളേജിൽ ബി ഫാർമിനു ചേർന്നു. കോഴ്സ് കഴിഞ്ഞ് അവൾ തൻ്റെ പകയെന്ന ലക്ഷ്യവുമായി എർണാകുളത്തെത്തി. അവിടെയെത്തിയ അവൾ ഐസക്കിനെയും കുടുംബത്തെയും നിരീക്ഷിക്കാൻ ആരംഭിച്ചു. ഐസക്ക് സ്ഥിരമായി മദ്യപിക്കാറുള്ള ബാറിൽ അവൾ വെയിറ്റർ ആയി ജോലിക്ക് കയറി. ഒരു രാത്രി കുടിച്ച് ബോധമില്ലാതെ ബാറിൽ നിന്നും ഇറങ്ങിയ ഐസക്കിനെ എമി കാറിൽ കയറ്റിക്കൊണ്ട് പോയി. കെട്ടിടം പണിയാനെന്ന പോലെ നികത്തിയിട്ടിരിക്കുന്ന ഒരു വിജനമായ സ്ഥലത്ത് അവൾ വണ്ടി നിർത്തി. ഐസക്കിനെ വണ്ടിയിൽ നിന്നും വലിച്ചു പുറത്തേക്കിട്ടു. അവിടെയുണ്ടായിരുന്ന ഒരു പോസ്റ്റിൽ അയാളെ കെട്ടിയിട്ടു. പോക്കറ്റിൽ നിന്നും ഒരു ചെറിയ കത്തിയെടുത്ത് പിടിച്ച് അവൾ അതിലേക്ക് പക യോടെ നോക്കി. ശേഷം ഐസക്കിന്റെ അടുത്ത് ചെന്ന് നിന്നു. ഐസക്കിൻ്റെ ഇരു കൈകളിലും ആ കത്തികൊണ്ട് നാല് മുറിവുകൾ വീതം ഉണ്ടാക്കി. മദ്യലഹരിയിൽ മയക്കത്തിലായിരുന്ന അയാൾക്ക് ബോധം വന്നു. വേദന കൊണ്ടയാൾ പുളഞ്ഞു. എമിയുടെ മുഖത്ത് പുച്ഛത്തോടെയുള്ള ഒരു ചിരി വിടർന്നു. അവൾ പോക്കറ്റിൽ നിന്നും ഒരു പൊതി കയ്യിലെടുത്തു. അത് തുറന്ന് അതിനകത്ത് ഉണ്ടായിരുന്ന മുളകുപൊടി മെല്ലെ ഐസക്കിൻ്റെ കയ്യിലെ മുറിവുകൾക്ക് മുകളിൽ തൂകി. ഐസക്ക് നീറി നിലവിളിക്കുന്നത് അവൾ പകയുടെ പുഞ്ചിരിയുമായി നോക്കി നിന്നു. ശേഷം അവിടെ ഒരു മൂലക്കായ് കത്തിയെരിയുന്ന തീയിൽ നിന്നും അറ്റത്ത് 'ഐ' എന്ന അക്ഷരമുള്ള

ഒരു ഇരിമ്പ് ദണ്ഡ് അവൾ വലിച്ചെടുത്തു. അതിലേക്ക് ഒന്നു നോക്കിയ ശേഷം ഐസക്കിൻ്റെ നേരെ തിരിഞ്ഞു. അടുത്തു ചെന്നിരുന്ന് അയാളുടെ മുഖം തൻ്റെ കൈ കൊണ്ട് ഉയർത്തിപ്പിടിച്ച് ഭയം നിറഞ്ഞ അയാളുടെ കണ്ണുകളിൽ നോക്കി അവൾ ക്രോധ ഭാവത്തിൽ പറഞ്ഞു;

" എൻ്റെ പപ്പയെ നീ കൊന്നു. എനിക്കെൻ്റെ കുടുംബം ഇല്ലാതാക്കി. അതുപോലെ നിന്നെയും നിൻ്റെ ആളുകളെയും ഓരോന്നോരോന്നായി ഞാൻ ഇല്ലാതാക്കും. ഞാനും എൻ്റെ കുടുംബവും അനുഭവിച്ച വേദന നീയൊക്കെ അറിയണം."

ഇതും പറഞ്ഞ് കയ്യിലുണ്ടായിരുന്ന ഇരിമ്പു ദണ്ഡ് ഐസക്കിൻ്റെ നെഞ്ചിൽ കുത്തിയിറക്കി. ദേഷ്യം അടങ്ങുന്ന വരെ അവൾ അത് അയാളുടെ നെഞ്ചിൽ ആഴത്തിൽ ഇറക്കി. ഐസക്ക് മരിച്ചെന്ന് ഉറപ്പായപ്പോൾ അവൾ ആയുധം വലിച്ചൂരി. ശേഷം അയാളുടെ ശരീരം അവിടെ തന്നെ കുഴിച്ചു മൂടി.

ഡേവിഡ് വണ്ടിയിൽ ഇരുന്ന് എമിയുടെ ഫയൽ മറിച്ചു നോക്കിക്കൊണ്ട്

"ഇൻഫിനിറ്റം എന്ന കമ്പനിയിൽ കയറി പറ്റാനായി എമി കണ്ടെത്തിയ വഴിയായിരുന്നു 'വെബ് ഡിസൈനിങ്'. അത് പഠിക്കാൻ ചെന്നിടത്ത് അവൾക്കൊരു റൂം മേറ്റിനെ കിട്ടി. അതണ് താര. എമി അനാഥയാണെന്നുള്ള സിംപതി താരയിൽ എമിയോടൊരു സോഫ്റ്റ് കോർണർ ജനിപ്പിച്ചു. അവർ ഇരുവരും ബെസ്റ്റ് ഫ്രണ്ട്സ് ആയി. ഇരുവരുടെയും ലക്ഷ്യം ഒന്നു തന്നെ. 'ഇൻഫിനിറ്റം'. കോഴ്സ് കംപ്ലീറ്റ് ചെയ്ത് രണ്ടാളും ഇൻ്റർവ്യൂ അറ്റൻ്റ് ചെയ്തു. കമ്പനിയിൽ കയറിപ്പറ്റുകയും ചെയ്തു. പാർട്ടി ആഘോഷിക്കാനായി ബീച്ച് സൈഡ് ക്ലബ്ബ് തിരഞ്ഞെടുത്തതും അവളുടെ പ്ലാൻ ആയിരുന്നു. തലേ ദിവസം തന്നെ ക്ലബ്ബിൽ ചെന്ന് നോവയുടെ ബോഡി ഡിസ്പോസ് ചെയ്യാനുള്ള എല്ലാ സെറ്റപ്പും നോക്കി വച്ചു. ഇൻ്റർവ്യൂ കഴിഞ്ഞ് അവൾ നേരെ ചെന്നത് നോവയുടെ അടുത്തേക്കായിരുന്നു. ഇൻഫിനിറ്റത്തിലെ പുതിയ സ്റ്റാഫ് ആണെന്ന് പറഞ്ഞ് നോവയെ പരിചയപ്പെട്ടു. അവരെ പെട്ടെന്ന് കയ്യിലെടുക്കാൻ എമിക്ക് സാധിച്ചു. ശേഷം നോവയുടെ വീട്ടിൽ വച്ചു തന്നെ അവരെ ടോർച്ചർ ചെയ്ത്

കൊന്നു. അവരുടെ കാറിൽ തന്നെ ബോഡി അവൾ ക്ലബ്ബിൻ്റെ മുകളിൽ കൊണ്ടു പോയിട്ടു. ഒരു തെളിവു പോലും അവശേഷിപ്പിക്കാതെ അവൾ പ്രത്യേകം ശ്രദ്ധിച്ചു. അതിനായി ബോഡി ഡിസ്പോസ് ചെയ്ത ശേഷം നോവയുടെ വീട് മുഴുവൻ അവൾ വൃത്തിയാക്കി. കാറ് നോവയുടെ വീട്ടിൽ തന്നെ പാർക്ക് ചെയ്യുകയും ആരുടെയും കണ്ണിൽപ്പെടാതെ ഫ്ലാറ്റിലേക്ക് തിരിച്ചു പോവുകയും ചെയ്തു. എന്നിട്ട് വൈകുന്നേരം ക്ലബ്ബിലെ പാർട്ടിക്ക് ഒന്നും അറിയാത്ത മട്ടിൽ ചെന്നു.

പിന്നീട് ഫ്രെഡ്ഡിയെ കൊല്ലാനും അവൾ തിരഞ്ഞെടുത്തത് അയാളുടെ വീട് തന്നെയായിരുന്നു. ഫ്രെഡ്ഡിയെ വശീകരിച്ച് അയാളുടെ വീട്ടിൽ ചെന്ന് ആർക്കും സംശയം തോന്നാത്ത രീതിയിൽ കൊല ചെയ്ത് തെളിവുകളെല്ലാം നശിപ്പിച്ച് ബോഡി അയാളുടെ തന്നെ വണ്ടിയിൽ ആളൊഴിഞ്ഞ സ്റ്റേഡിയത്തിൽ കൊണ്ടു പോയിട്ടു. അവിടുത്തെ സി.സി.ടി.വി കൊല നടക്കുന്നതിന് മുന്നേയുള്ള ദിവസങ്ങളിൽ ആരും അറിയാതെ അവൾ തന്നെ കേടാക്കി.

ഐറിനെ കൊല്ലാൻ അവരുടെ വീട്ടിൽ പറ്റാത്തതു കൊണ്ട് ഓഫീസിൽ നിന്നും ലിഫ്റ്റ് ചോദിച്ച് അവരുടെ കാറിൽ കയറി ഇൻജക്ഷൻ കുത്തി വച്ച് മയക്കി പള്ളിക്കടുത്തുള്ള ഇടവഴി ചെന്നെത്തുന്ന കാട്ടിൽ കൊണ്ടു പോയി കൊന്നു. ശേഷം പള്ളി സെമിത്തേരിയിൽ ഡിസ്പോസ് ചെയ്തു. പോലീസിൻ്റെ സംശയം തനിക്കു നേരെ തിരിയാതിരിക്കാൻ ഐറിൻ്റെ കാർ ഇൻഫിനിറ്റത്തിൽ തിരികെ കൊണ്ടു ചെന്നിട്ടു. ശേഷം ബസ് സ്റ്റോപ്പിൽ ചെന്ന് ബസ് കാത്ത് നിൽക്കുന്ന പോലെ അഭിനയിച്ചു. അതു കഴിഞ്ഞ് വീട്ടിലേക്ക് പോകാനിറങ്ങിയ മാനുവേലിൻ്റെ കൂടെ അവൾ കാറിൽ കയറി, പോലീസുകാരെ മണ്ടന്മാരാക്കി അവരുടെ മുമ്പിലൂടെ കടന്നു പോയി."

"ഹോ.. എന്തൊരു പെണ്ണാ സാറേ." ഇടക്കു കയറി ദീപക് അത്ഭുതം പ്രകടിപ്പിച്ചു.

ഡേവിഡ് ഒരു പുഞ്ചിരിയോടെ തുടർന്നു .....

"നഥാന് തന്നോടുള്ള ഇഷ്ടം അറിഞ്ഞ എമി അത് മുതലെടുത്തു. ബർത്ത് ഡേ പാർട്ടിക്കിടയിൽ വച്ച് എമി നഥാനെ അവൻ്റെ റൂമിൻ്റെ തൊട്ടടുത്തുള്ള ബെഡ് റൂമിൽ കൂട്ടിക്കൊണ്ടു പോയി. അവിടെ വച്ച് അവനെ ക്രൂരമായി കൊന്ന ശേഷം ബോഡി പൊതിഞ്ഞ് നഥാൻ്റെ

ബെഡ് റൂമിൽ കൊണ്ടു പോയിട്ടു. ശേഷം കൊല ചെയ്ത റൂം അവൾ വൃത്തിയാക്കി. നഥാൻ്റെ ബോഡി കണ്ടതും എല്ലാവരുടെയും ശ്രദ്ധ അങ്ങോട്ടു തിരിഞ്ഞു. എമിയെ ആരും ശ്രദ്ധിച്ചില്ല. ആ സമയം കൊണ്ട് തെളിവുകളെല്ലാം അവൾ നശിപ്പിച്ചു.

ഇലിയയേയും അവളുടെ വീട്ടിൽ ചെന്ന് കൊലപ്പെടുത്തി. ടൈറ്റസ് വെള്ളത്തിലായിരുന്നത് കൊണ്ട് കാര്യങ്ങൾ കുറച്ചു കൂടി എളുപ്പമായിരുന്നു. ഇത്രയും ചെയ്തപ്പോഴും എമിയെ ആരും സംശയിച്ചില്ല. എന്നാൽ സതീശൻ്റെ സഹായത്തോടെ കുരിയച്ചൻ്റെ ഡീറ്റെയിൽസ് കണ്ടെത്തിയതോടെ ഉവൈസിനു മനസ്സിലായി ഓർഫനേജിൽ വളർന്ന കുരിയച്ചൻ്റെ മകൾ മേരി തന്നെയാണ് ഇൻഫിനിറ്റത്തിലെ മാനുവേലിൻ്റെ സെക്രട്ടറി എമി എന്ന്. അതറിഞ്ഞതും എമിയെ കൊല്ലാൻ അയാൾ തീരുമാനിച്ചു. അവിടെ എമിയുടെ കണക്കു കൂട്ടലുകൾ ചെറുതായൊന്ന് പിഴച്ചു. ഉവൈസ് തന്നെ ഒറ്റക്ക് പണി തീരാത്ത ഷോപ്പിങ് കോംപ്ലക്സിലേക്ക് വിളിച്ചു വരുത്തിയപ്പോഴേ അത് തനിക്കുള്ള കെണിയാണെന്ന് അവൾ ഊഹിച്ചിരിക്കണം.

ഷോപ്പിങ് കോംപ്ലക്സിൽ വച്ച് അവർ തമ്മിൽ ഏറ്റുമുട്ടിയിരിക്കാം. ഉവൈസ് എമിയെ ആക്രമിച്ചു കാണും. എമിയും വിട്ടു കൊടുക്കാൻ തയ്യാറായിട്ടുണ്ടാവില്ല. എന്നാൽ ഉവൈസിനെ പോലെ ബലവാനായോരാളുടെ അടുത്ത് ഒരുപാട് നേരം ചെറുത്തു നിൽക്കാൻ അവളെക്കൊണ്ട് കഴിയില്ലല്ലോ. അതുകൊണ്ട് എമി തൻ്റെ പോക്കറ്റിൽ എപ്പോഴും കരുതാറുള്ള മരുന്ന് ലോഡ് ചെയ്ത സിറിഞ്ച് കയ്യിൽ എടുത്തു. ഉവൈസ് അവളെ ആക്രമിക്കാനായി അടുത്തേക്ക് വന്നപ്പോഴേക്കും ആ സൂചി അയാളുടെ കഴുത്തിൽ കുത്തിയിറക്കി കാണും.

അയാളെ അവിടെത്തന്നെ കെട്ടിയിട്ട് ടോർച്ചർ ചെയ്ത് കൊന്നു. ശേഷം തെളിവുകളെല്ലാം നശിപ്പിച്ച് അവൾ രക്ഷപ്പെട്ടു."

മാനുവേൽ ഭയവും അവശതയും നിറഞ്ഞ കണ്ണുകളാൽ എമിയെ നോക്കി. കാട്ടുതീ പോലെ കത്തിയെരിയുന്ന പകയുമായ് എമിയുടെ കണ്ണുകൾ അവനെ സമീപിച്ചു.

" ഇനി നീയാണ് മാനുവേൽ ബാക്കിയുള്ളത്. നീയും കൂടി ഇല്ലാതായെങ്കിലെ എൻ്റെ കുടുംബത്തിന് ശാന്തി കിട്ടു." എമിയുടെ ഈ വാക്കുകൾ മാനുവേലിൻ്റെ ഭയത്തെ ഇരട്ടിച്ചു.

"എമി വേണ്ട... എന്നെ വിട്ടേക്ക്... പ്ലീസ്..... ഞാൻ നിൻ്റെ കാല് പിടിക്കാം." ജീവനു വേണ്ടി അവൻ കെഞ്ചി.

ഉള്ളിലുള്ള ഭയം അവൻ്റെ മുഖത്ത് വ്യക്തമായി കാണാമായിരുന്നു. എമി തൻ്റെ കയ്യിലുണ്ടായിരുന്ന ഇരിമ്പു ദണ്ഡ് മാനുവേലിൻ്റെ നെഞ്ചിനടുത്തേക്ക് കൊണ്ടുവന്നു.

"എമി പ്ലീസ്... എന്നെ ഒന്നും ചെയ്യരുത് ....." മാനുവേൽ ഇങ്ങനെ പറഞ്ഞു കൊണ്ടേയിരുന്നു.

എമി അതൊന്നും ശ്രദ്ധിച്ചതേയില്ല. അവൾ ‘എം’ ആകൃതിയിലുള്ള ചുട്ടു പഴുത്ത് ചുവന്നിരിക്കുന്ന ഭാഗം അവൻ്റെ നെഞ്ചിൽ വച്ചു. വേദന കൊണ്ടവൻ പുളഞ്ഞു. ആ ആയുധം നെഞ്ചിനകത്തേക്ക് ആഴ്ന്നിറങ്ങും തോറും മാനുവേൽ വേദന സഹിക്കാനാവാതെ അലറി വിളിച്ചു. അവൻ്റെ നിലവിളി ആ ബംഗ്ലാവും പരിസരവും മുഴങ്ങി കേട്ടു .

മാനുവേലിൻ്റെ വീട്ടു മുറ്റത്ത് ഒരു പോലീസ് ജീപ്പ് വന്നു നിന്നു. അതിൽ നിന്നും ഡേവിഡും ദീപകും ചാടിയിറങ്ങി. അവർ ധൃതിയിൽ വാതിൽ തള്ളി തുറന്ന് അകത്തു കയറി. വീടിനകത്ത് അവർ കണ്ട കാഴ്ച ചോരയിൽ കുളിച്ച് കണ്ണും മിഴിച്ച് കെട്ടിയിട്ടിരുന്ന കസേരയോടെ മറിഞ്ഞ് വീണ് മലർന്ന് കിടക്കുന്ന മാനുവേലിനെ ആയിരുന്നു. ഡേവിഡിൻ്റെ മുഖത്ത് നിരാശയായിരുന്നു. ഡേവിഡും ദിപകും തങ്ങളുടെ തലയിൽ നിന്നും തൊപ്പി ഊരി കയ്യിൽ പിടിച്ചു. വീണ്ടും ആ റൂമിലൂടെ കണ്ണോടിച്ച ഡേവിഡ് റൂമിൻ്റെ ഒരു മൂലക്ക് ചുമരിനോട് ചേർന്നിരുന്ന് കാൽ മുട്ട് മടക്കി മരിച്ചു കിടക്കുന്ന മാനുവേലിനെ നോക്കിയിരിക്കുന്ന എമിയെ കണ്ടു. തൻ്റെ വേട്ട കഴിഞ്ഞ് വിശ്രമിക്കുന്ന പെൺസിംഹത്തെയാണ് ഡേവിഡിനപ്പോൾ ഓർമ വന്നത്. ഡേവിഡ് അവളെ നോക്കി ഒരു ദീർഘശ്വാസം എടുത്തു.

ഡേവിഡിനു പിന്നാലെ ദീപകും അതിനു പിന്നാലെ രണ്ട് വനിതാ പോലീസുകാരുടെ നടുവിലായി അറസ്റ്റ് ചെയ്യപ്പെട്ട നിലയിൽ

എമിയും ആ വലിയ വീട്ടിൽ നിന്നും പുറത്തേക്കിറങ്ങി. എമി മെല്ലെ തല ഉയർത്തി. അവളുടെ നിർവികാരമായ മുഖത്ത് തൻ്റെ യുദ്ധം ജയിച്ച ധീരയോധാവിൻ്റെ പുഞ്ചിരി പ്രത്യക്ഷപ്പെട്ടു.

## മായിക

1999, മെയ് 20 ന് വയനാട് ജില്ലയിലെ സുൽത്താൻ ബത്തേരി എന്ന സ്ഥലത്ത് പയറ്റിത്തറ ഷാജിയുടെയും ആലീസിന്റേയും ആദ്യത്തെ കുഞ്ഞായാണ് ഞാൻ ജനിച്ചത്. മാതാപിതാക്കളുടെ കഴിവുകൾ പാരമ്പര്യമായി എനിക്ക് പകർന്നു കിട്ടിയിരുന്നു. എന്നാൽ ആ ജന്മസിദ്ധമായ കഴിവുകളെല്ലാം ജീവിതത്തിലെ വിവിധ ഘട്ടങ്ങളിലായാണ് ഞാൻ തിരിച്ചറിയുന്നത്. നന്നേ ചെറുപ്പത്തിൽ തന്നെ എനിക്ക് പാടാൻ കഴിവുള്ളതായി അമ്മ പറഞ്ഞിട്ടുണ്ട്. പിന്നീട് സ്ക്കൂളിൽ വച്ചാണ് നൃത്തത്തിലുള്ള എന്റെ കഴിവ് തിരിച്ചറിഞ്ഞത്. അതുകഴിഞ്ഞ് ഏകദേശം പതിനൊന്നാമത്തെ വയസ്സിലാണ് എന്നിലെ എഴുത്തുകാരിയുടെ ഉത്ഭവം. സ്കൂൾ മാഗസീനിൽ ഒരു കഥ എഴുതിയായിരുന്നു തുടക്കം. പിന്നീട് കാലോത്സവങ്ങിളും പല തവണ പകെടുത്തിട്ടുണ്ട്. അന്നൊക്കെ നൃത്തത്തിലായിരുന്നു ഞാൻ കൂടുതൽ ശ്രദ്ധ കേന്ദ്രീകരിച്ചിരുന്നത്. സ്കൂൾ കാലഘട്ടം കഴിഞ്ഞപ്പോൾ എന്നിലെ ചിത്രകാരിയെയും ഞാൻ കണ്ടെത്തി. പല മുഖങ്ങളും ഞാൻ എന്റെ കാൻവാസിൽ പകർത്തി. ഒഴിവു സമയങ്ങൾ ചെറിയ രീതിയിൽ കരകൗശല വസ്തുക്കളും നിർമ്മിച്ചിരുന്നു. എഴുത്ത് എന്നും അന്തിമ സ്ഥാനത്തായിരുന്നു. എന്നിരുന്നാലും വായന എന്റെ എക്കാലത്തെയും പ്രധാന വിനോദങ്ങളിൽ ഒന്നായിരുന്നു. ഞാൻ ഒരുപാട് പുസ്തകങ്ങൾ വായിക്കുമായിരുന്നു. സമയം കിട്ടുമ്പോഴൊക്കെ സ്കൂൾ ലൈബ്രറിയിൽ നിന്ന് പുസ്തകങ്ങൾ എടുത്ത് വായിച്ചിട്ടുണ്ട്. എം മുകുന്ദന്റെ പുസ്തകങ്ങളായിരുന്നു അക്കാലത്തെ എന്റെ പ്രിയ നോവലുകൾ. പിന്നീട് വളരും തോറും ഒരുപാട് എഴുത്തുകാരുടെ രചനകൾ വായിക്കുകയുണ്ടായി.

ഒരിക്കൽ ഒരു അവധി ദിവസം പപ്പയുടെ പുസ്തക ശേഖരത്തിൽ നിന്നും ഷെർലക് ഹോംസ് കുറ്റാന്വേഷണ കഥകളിൽ ഒന്നായ 'രക്തക്കളം' എന്ന നോവൽ വായിക്കാനിടയായി. അത് വായിക്കവെ

അത്തരം സ്തോഭജനകമായ കൃതികളോടുള്ള എന്റെ താൽപര്യം ഏറി വന്നു. തുടർന്ന് അഗതാ ക്രിസ്റ്റിയുടെ അനേകം ഡിക്റ്റടീവ് നോവലുകളും വായിക്കുകയുണ്ടായി. അങ്ങനെയിരിക്കെയാണ് ഞാൻ നേഴ്സിംഗ് പഠിക്കാനായി ബാംഗ്ലൂരിലേക്ക് പോകുന്നത്. അവിടെ വച്ച് കോവിഡ് ഡ്യൂട്ടി ചെയ്യാനൊരു അവസരം ലഭിക്കുകയുണ്ടായി. പത്തു ദിവസത്തെ ഡ്യൂട്ടി കഴിഞ്ഞാൽ അടുത്ത പത്ത് ദിവസം ക്വാറന്റീൻ ആയിരുന്നു. അങ്ങനെയൊരു ക്വാറന്റീൻ സമയത്തെ ഏകാന്തതയിലാണ് 'ഇൻഫിനിറ്റം' എന്ന കഥയുടെ പിറവി. നാളുകളായി മനസ്സിൽ നെയ്തുകൊണ്ടിരുന്ന കഥ അന്ന് ഞാൻ അക്ഷരത്താളുകളാക്കി മാറ്റി. ഒരു ചെറിയ സ്വപ്നത്തിന് ചിറക് മുളച്ചു. പിന്നീടങ്ങോട്ട് സ്വപ്ന സാക്ഷാത്ക്കാരത്തിന്റെ ദിനങ്ങളായിരുന്നു. എഴുത്തൊരു ലഹരിയായി മാറി. ഞാൻ എന്നെത്തന്നെ കൂടുതൽ അറിയാൻ ശ്രമിക്കുകയായിരുന്നു. എന്നിലെ എഴുത്തുകാരിയെ അടുത്തറിഞ്ഞ നിമിഷങ്ങൾ. ആ കഴിവിനെ വളർത്തിയെടുക്കാൻ ഞാൻ തീരുമാനിച്ചു.

കോളേജിൽ വച്ച് 'ഇൻഫിനിറ്റം' കൂടാതെ വെറെയും ചില ചെറു കഥകൾ എഴുതുകയുണ്ടായി. അതെല്ലാം എന്റെ യാത്രയിലെ ചവിട്ടു പടികളായിരുന്നു. പിന്നീടെപ്പോഴോ ഞാൻ മനസ്സിലാക്കി, എഴുത്ത് എന്ന കലയെ ഞാൻ ഏറെ സ്നേഹിച്ചു തുടങ്ങിയിരുന്നു എന്ന്.

കോളേജിലെ പഠനത്തിന്റെ അവസാന ഘട്ടത്തിലാണ് 'ഇൻഫിനിറ്റം' എന്ന കഥ പൂർത്തീകരിക്കണമെന്ന് തോന്നിയത്. അങ്ങനെ കുറച്ച് ദിവസങ്ങൾ അതിനു വേണ്ടി മാത്രം ചിലവഴിച്ചു. മാതാപിതാക്കളും കൂട്ടുകാരും ഏറെ പ്രചോദനം നൽകിയിരുന്നു. അങ്ങനെ ദിവസങ്ങളുടെ പ്രയത്നങ്ങൾക്കൊടുവിൽ കഥയുടെ അവസാന അധ്യായവും പൂർത്തിയായി. അപ്പോഴേക്കും കോളേജ് കാലഘട്ടം അവസാനിച്ചു. ഞാൻ വായ്ക്കാറുള്ള ഒട്ടനവധി നോവലുകൾ പോലെ എന്റെ കഥയും ഒരു പുസ്തക രൂപത്തിൽ കാണണമെന്ന് മനസ്സിൽ ഒരു ആഗ്രഹം തോന്നി. അതിന്റെ ഫലമായാണ് 'ഇൻഫിനിറ്റം' എന്ന കുറ്റാന്വേഷണ കഥ ഇന്ന് പുറലോകം കണ്ടത്. ഞാൻ കണ്ട മനോഹരമായൊരു സ്വപ്നം പൂവണിഞ്ഞു. ജീവിതത്തിലെ നന്നേ ചെറിയൊരു നിമിഷം പോലും ആസ്വദിക്കാൻ ശ്രമിക്കുന്ന എനിക്ക് ഇത് വെറുമൊരു സന്തോഷമല്ല;

ആഹ്ലാദമാണ്.

www.ingramcontent.com/pod-product-compliance
Lightning Source LLC
La Vergne TN
LVHW021942220826
846092LV00010B/1206

* 9 7 9 8 8 8 9 8 6 8 2 4 8 *